베트남어
연습 ❶

베트남어 연습 1

송정남 · 응우옌 반푹 · 응우옌 티퉌 · 박연관 지음

HUiNE

베트남어
연습 ❶

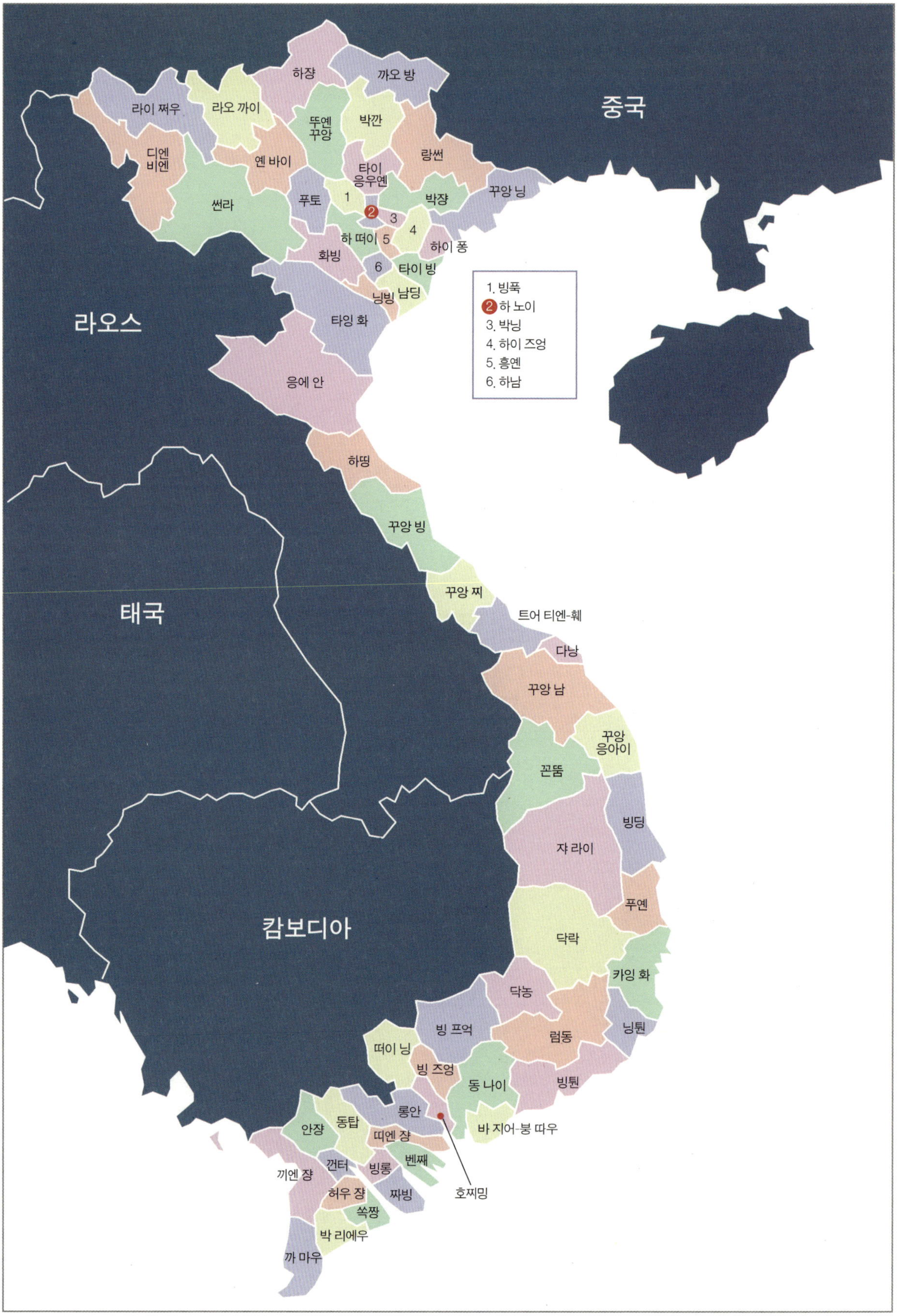

중국
라오스
태국
캄보디아
하쟝
까오 방
라이 쩌우
라오 까이
뚜옌 꾸앙
박깐
디엔 비엔
옌 바이
타이 응우옌
랑썬
써라
푸토
1
2
3
4
박쟝
꾸앙 닝
하 떠이
5
하이 퐁
화빙
6
타이 빙
닝빙
남딩
타잉 화
1. 빙푹
2 하 노이
3. 박닝
4. 하이 즈엉
5. 흥옌
6. 하남
응에 안
하띵
꾸앙 빙
꾸앙 찌
트어 티엔-훼
다낭
꾸앙 남
꾸앙 응아이
꼰뚬
빙딩
쟈 라이
푸옌
닥락
카잉 화
닥농
빙 프억
럼동
닝퉌
떠이 닝
빙 즈엉
동 나이
빙퉌
롱안
안쟝
동탑
띠엔 쟝
바 지어-붕 따우
벤째
껀터
빙롱
끼엔 쟝
허우 쟝
짜빙
호찌밍
쏙짱
박 리에우
까 마우

동남아시아 지도

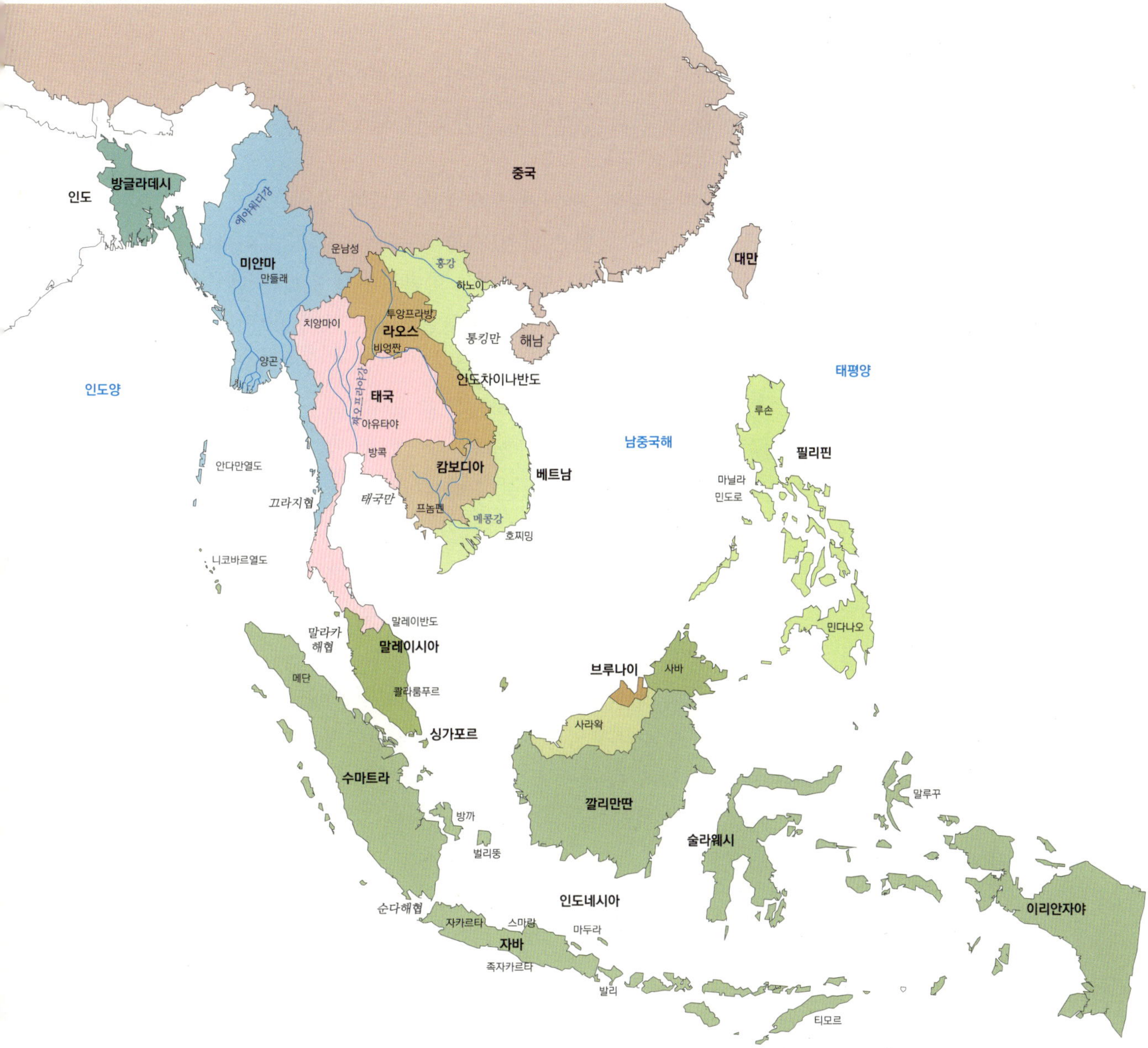

중국
방글라데시
인도
에야와디강
운남성
홍강
대만
미얀마
만들레
하노이
투앙프라방
라오스
치앙마이
통킹만
해남
비엉짠
양곤
인도차이나반도
태평양
인도양
짜오프라야강
태국
루손
아유타야
남중국해
필리핀
안다만열도
방콕
캄보디아
베트남
마닐라
끄라지협
태국만
민도로
프놈펜
메콩강
호찌밍
니코바르열도
말레이반도
민다나오
말라카
해협
말레이시아
브루나이
사바
메단
콸라룸푸르
사라왁
싱가포르
수마트라
말루꾸
방까
깔리만딴
술라웨시
벌리뚱
인도네시아
이리안자야
순다해협
자카르타
스마랑
마두라
자바
족자카르타
발리
티모르

머리말

베트남의 북남 통일 이후 한국과 베트남 수교는 금년이 28년째이다. 그러나 좀 더 정확한 양국의 수교 기간은 이보다 훨씬 긴 65년이다. 베트남의 통일 이전인 1955년에 우리는 남베트남과 수교를 맺었기 때문이다.

양국의 교류사는 그리 평범하지 않았다. 우리와 베트남은 국토가 자본주의와 사회주의라는 두 지역으로 분단됐었기 때문에 남한은 남월(南越)과 북한은 북월(北越)과 각각 수교를 맺을 수밖에 없었다. 1964년부터 베트남 전쟁이 발발하면서 우리는 전쟁의 특수를 노려 많은 한국군을 베트남에 파병했었다. 그러나 분단된 베트남이 공산화 통일이 되면서 우리와 베트남은 수교를 맺기 1992년 12월 22일까지 교류가 단절되었다. 하지만 냉전의 해체 기류를 타고 베트남이 개방 · 개혁정책을 추진하면서 우리는 베트남과 교류를 갖게 되었다. 이제는 경제특수를 위한 교류였다.

경제 성장을 목적한 도이 머이(đổi mới)였기 때문에 베트남도 우리와의 교류에 적극적이었다. 여기에는 몇 가지 특별한 공통분모가 작용했기 때문이다. 그것은 경제 외에 양국의 비슷한 역사, 문화, 사회 등이다. 이 같은 공통분모와 함께 양국은 지난 65년의 교류 속에서 서로를 잘 안다는 자신감이다. 그리고 우리가 값싸고 질 좋은 노동시장이 필요했다면, 베트남은 우리의 투자와 성공 노하우가 필요했다.

베트남은 지리적으로 동남아시아에 속하더라도 문명과 문화면에서는 동북아시아에 속한다. 전통 시대부터 지금까지 중국의 문명과 문화권 안에서 성장 발전해왔기 때문이다. 따라서 베트남은 역사, 문화, 사회 등에서 우리와 매우 유사하다. 다양한 공통분모는 수교 28년 기간에 베트남 누적 투자 1위, 수출입 1,000억 달러, 양국 교류민 40만 명, 투자 기업 1만 개, 작년 한국인 베트남 관광 400만 명의 결과를 가져왔다.

"베트남어 연습"은 문법·작문·강독의 "베트남어(1, 2, 3)"와 "베트남어 회화(1, 2, 3)"에 이어 쓰여졌다. "베트남어 연습"은 "베트남어"와 "베트남어 회화" 교재를 배운 학습자의 베트남어 연습을 위해 집필되었다. 이처럼 체계화된 베트남어 학습을 목표로 쓰여진 교재는 국내외에 아직 없다. 이 과정을 거친 학습자는 베트남 현지에서 베트남어 실습을 하면 된다. 물론 베트남어 실습은 여건이 마련된다면 국내외의 어디든 가능하다.

"베트남어 연습" 역시 "베트남어 연습 1", "베트남어 연습 2", "베트남어 연습 3"의 형태로 집필되었다. 초급, 중급, 고급 과정의 형태로 구성된 "베트남어 연습"은 한국과 베트남에서 내외국인을 대상으로 대학에서 수십 년간 베트남어와 베트남학을 연구하며 강의하고 있는 교수들로 쓰여졌다.

이 교재는 해당 과에서 알아둬야 할 문장, 회화, 상황을 가정한 회화 연습, 내용 이해를 점검하기 위한 연습문제, 독해 등으로 구성되었다. 학습자의 보다 빠른 현실감각을 촉발시키기 위해 많은 삽화를 삽입하였다. 교재의 마지막 부분에는 학습자의 연습문제 풀이 확인을 위한 답안을 넣었다.

이번에 출판되는 "베트남어 연습"이 국내의 베트남어를 배우려는 모든 이들에게 크게 도움이 됐으면 한다. 초판이라 완벽할 수는 없다. 미흡한 부분들은 학습자들의 비평과 충고를 받아들여 차후에 수정 · 보완할 예정이다.

2020년 2월

집필자들을 대표하여 송정남

Contents

Bài 01

CHÀO HỎI VÀ LÀM QUEN

Chào anh. Xin lỗi, anh tên là gì?

NHỮNG CÂU CẦN NHỚ

A

Chào anh!

Chào chị!

Chào anh Nam.

Chào chị Lan.

Chào em.

Em chào cô (giáo) ạ!

Em chào thầy (giáo) ạ!

B

Anh (có) khỏe không?

Cô có khỏe không ạ?

Chị Lan (có) khỏe không ạ?

Xin lỗi, tên chị là gì?

Tôi tên là Lee.

Còn anh, tên anh là gì?

C

Cám ơn anh!

Cám ơn anh, tôi khỏe.

Dạ, cám ơn cô ạ.

Dạ, cám ơn ông ạ.

Rất vui được gặp chị.

Tôi cũng rất vui được gặp anh!

Tạm biệt!

Tạm biệt anh!

Hẹn gặp lại!

TỪ VỰNG 1 (어휘 1)

chào hỏi	인사하다	**làm quen**	사귀다
cô (giáo)	(여자) 선생님	**thầy (giáo)**	(남자) 선생님
khỏe	건강하다	**có… không?**	...입니까?
xin lỗi	미안합니다	**tên**	이름
là	...이다	**còn anh (chị?)**	당신은요?
cám ơn	고맙습니다	**dạ, vâng**	네 / 예
rất	매우	**vui**	기쁘다
gặp	만나다	**cũng**	...도, 역시
…ạ!	경의를 표하기 위해 문미에 붙이는 말	**tạm biệt**	안녕 (헤어질 때)
hẹn	약속하다	**lại**	다시
Rất vui được gặp chị (anh, ông, bà…)		(형 / 오빠, 할아버지, 할머니…) 언니 만나서 반갑습니다	

HỘI THOẠI

A

Anh Park: Chào anh Nam.

Anh Nam: Chào anh Park.

Anh Park: Dạo này anh có khỏe không?

Anh Nam: Cám ơn anh, tôi khỏe. Còn anh, thế nào?

Anh Park: Cám ơn anh. Tôi cũng khỏe!

B

Sinh viên: Em chào cô ạ!

Cô giáo: Ô, chào em.

Sinh viên: Dạ, cô có khỏe không ạ?

Cô giáo: Cám ơn em. Tôi bình thường, còn em khỏe không?

Sinh viên: Dạ, cám ơn cô. Em khỏe ạ.

C

Anh Lee: Chào chị.

Chị Lan: Chào anh. Tôi là Lan. Còn anh, tên anh là gì?

Anh Lee: Tên tôi là Lee. Rất vui được gặp chị.

Chị Lan: Tôi cũng rất vui được gặp anh. Đây là anh Tâm, bạn tôi.

Anh Lee: Chào anh Tâm. Rất vui được gặp anh.

Anh Tâm: Chào anh Lee. Tôi cũng rất vui được gặp anh!

D

Chị Park: Tạm biệt anh Nam!

Anh Nam: Chào chị Park. Hẹn gặp lại!

TỪ VỰNG 2 (어휘 2)

dạo này	요즘	**khỏe**	건강하다
thế nào	어때요?	**bình thường**	보통이다
đây là	이 (사람 / 사물 / 장소 / 시간)	**bạn**	친구
bạn tôi	내 친구	**được (gặp)**	...게 되다 (만나게 되다)
tạm biệt	안녕 (헤어질 때)	**hẹn gặp lại**	또 만나요

LUYỆN TẬP PHÁT ÂM (발음 연습)

I. Phát âm chính xác thanh điệu và các phụ âm sau

NGANG	SẮC	NGÃ
ba	bá	bã
mai	mái	mãi
van	ván	vãn
phu	phú	phũ

HUYỀN	NẶNG	HỎI
bà	bạ	bả
mài	mại	mải
vàn	vạn	vản
phù	phụ	phủ

II. Phát âm chính xác thanh điệu trong các từ ngữ dưới đây

ban mai	Bà Nà	mãi mãi
tán lá	Sa pa	bởi vì
mãn nhãn	phũ phàng	bình vôi

III. Luyện đọc các phát ngôn sau (chú ý ngữ điệu)

Chào anh (chị)

Em chào cô (thầy) ạ!

Cháu chào ông (bà) ạ!

Tạm biệt anh (chị)! Hẹn gặp lại!

Xin lỗi, anh (chị) tên là gì?

Tôi tên là Park, xin lỗi anh (chị) tên là gì ạ?

Rất vui được gặp anh (chị)!

Tôi cũng rất vui được gặp anh (chị)!

LUYỆN NÓI

I. Nói theo tranh (nhìn tranh và luyện tập theo mẫu)

Mẫu

- Anh / Tuấn

→ - Chào **anh.**

- Xin lỗi, **tên anh** là gì? (**anh tên** là gì?)

- Tên tôi là Tuấn. (**Tôi tên** là Tuấn)

Ông / Nam (1)

Bà / Hà (2)

Cô (giáo) / Hoa (3)

Chị / Lee (4)

Anh / Park (5)

Cháu / Loan (6)

Tranh (1)

Tranh (2)

Tranh (3)

Tranh (4)

Tranh (5)

Tranh (6)

II. Nói theo ngữ cảnh

Mẫu

Quan hệ bạn – bạn

→ A: Chào cậu. **Cậu** (có) khỏe không?

B: Cám ơn cậu. **Tớ** khỏe! Còn cậu?

A: **Mình** cũng khỏe.

Tiếp tục với:

1. Quan hệ giáo viên – sinh viên

→ Sinh viên:

Thầy (cô) giáo:

Sinh viên:

2. Quan hệ bố mẹ - con cái

→ Con:

Bố (mẹ):

Con:

3. Quan hệ ông bà – cháu

→ Cháu:

Ông (bà):

Cháu:

4. Quan hệ anh (chị) - em

→ Em:

Anh (chị):

Em:

5. Quan hệ bình đẳng

→ A:

B:

A:

III. Điền từ ngữ thích hợp vào chỗ trống

1. Hội thoại 1

A: Tôi _____ _____ Park. Xin lỗi, bạn _____ _____ là gì?

B: Mình _____ _____ Lee.

2. Hội thoại 2

A: _____ cô! Xin _____, tên cô là gì ạ?

B: Tôi _____ Lan. Còn em, tên em _____ _____?

A: Em tên là Lee _____.

3. Hội thoại 3

Lee: Chào anh Park. Dạo này _____ khỏe _____?

Park: Cám _____ chị, tôi _____ Còn chị _____?

Lee: Tôi _____ khỏe anh ạ! Xin giới thiệu _____ anh, đây là _____ Lan.

Lan: Chào anh Park, rất _____ được _____ anh!

Park: Chào chị _____. Tôi _____ rất vui _____ _____ chị!

4. Hội thoại 4

Nam: Chào chị Lan.

Lan: ____________________.

Nam: Chị Lan có khỏe không?

Lan: ____________________. Còn anh?

Nam: Cám ơn chị. ____________________.

5. Hội thoại 5

Lee: Chào chị.

Lan: ______. Tôi là Lan. Còn anh, ______?

Lee: ______ Lee. Rất vui được gặp chị.

Lan: Tôi cũng ______. Đây là anh Tâm, bạn tôi.

Lee: Chào ______. Rất vui được gặp anh.

Tâm: ______ Lee. Tôi cũng ______!

IV. Đặt câu hỏi cho những câu trả lời sau

1. Tên tôi là Park.

______?

2. Chị ấy tên là Lee.

______?

3. Bạn tôi tên là Nam.

______?

4. Tên bạn chị ấy là Chang.

______?

5. Tôi khỏe.

______?

6. Cám ơn cô, em khỏe ạ.

______?

V. Trả lời bằng cách chọn đáp án đúng

1. Khi gặp thầy giáo, bạn chào thế nào?

① Xin chào!

② Em chào thầy ạ!

③ Chào thầy!

2. Chào bác, bác có khỏe không ạ?

① Cám ơn cháu, bác khỏe.

② Cám ơn cháu, tôi khỏe.

③ Cám ơn cháu, mình khỏe.

3. Khi gặp nhau, người ta hay nói: ____________.

① Vui lắm được gặp anh!

② Vui thật được gặp anh!

③ Rất vui được gặp anh!

4. Em chào thầy, thầy có khỏe không ạ?

① Cám ơn em, tôi khỏe chứ!

② Cám ơn em, tôi vẫn khỏe rồi.

③ Cám ơn em, tôi vẫn bình thường.

5. Bạn gái của Tuấn tên là gì?

① Cô ấy là Mai Hương.

② Cô ấy là tên Mai Hương.

③ Cô ấy là sinh viên tiếng Việt.

6. Bạn thân của cậu tên là gì?

① Họ tên là Lan.

② Tớ tên là Lan.

③ Bạn thân của tớ tên là Lan.

VI. Tìm câu gần nghĩa với những câu dưới đây

1. Chào cô, cô có khỏe không ạ?

① Chào cô. Khỏe không?

② Chào cô. Có khỏe không?

③ Chào cô. Cô khỏe không ạ?

2. Tên tôi là Hoàng.

① Tôi tên là Hoàng.

② Tên là Hoàng tôi.

③ Tôi là tên Hoàng.

3. Rất vui được gặp anh!

① Được gặp anh vui!

② Rất hân hạnh được gặp anh!

③ Ô! Rất vui, anh!

4. Xin lỗi, anh tên là gì?

① Xin lỗi, tên anh là gì?

② Xin lỗi, anh là gì?

③ Xin lỗi, anh tên là Lee phải không?

5. Đây là anh Park, bạn tôi.

① Anh Park là bạn tôi, đây.

② Đây là bạn tôi, anh Park.

③ Bạn tôi, đây là anh Park.

6. Chị tên là Lee, còn em, tên em là gì?

① Chị tên là Lee, còn là gì tên em?

② Chị là tên Lee, còn em là gì tên?

③ Chị tên là Lee, còn em, tên là gì?

Bản ghi nhớ

Bài 02

NGHỀ NGHIỆP, QUỐC TỊCH VÀ NGÔN NGỮ

Xin lỗi, bạn là người nước nào?

NHỮNG CÂU CẦN NHỚ

A

Xin lỗi, anh **làm (nghề) gì**?

Tôi là **sinh viên**.

Anh ấy cũng là sinh viên.

Chúng tôi đều là sinh viên.

Họ không phải là sinh viên.

Bố tôi là **nhân viên ngân hàng**.

Mẹ tôi là **nội trợ**.

B

Xin lỗi, chị là **người nước nào**?

Tôi là **người Hàn Quốc**.

Anh ấy là **người nước nào**?

Anh ấy là **người Việt Nam**.

Em **có phải là** người Hàn Quốc **không**?

Em **là** người Hàn Quốc **phải không**?

Không, em **không phải là** người Hàn Quốc.

Em **là người Việt Nam**.

C

Chị có biết **tiếng Việt** không?

Anh nói được **tiếng Hàn** không?

Em biết **mấy** ngoại ngữ?

Em biết **những ngoại ngữ** nào?

Em ấy đang học **tiếng Việt** ở đâu?

Em ấy đang học **tiếng Việt** ở **Việt Nam**.

Chị ấy đang học **tiếng Hàn** ở **Hàn Quốc**.

TỪ VỰNG 1 (어휘 1)

xin lỗi	미안합니다	(làm) nghề gì?	직업이 뭐예요?
sinh viên	(生員) 대학생	cũng	...도, 역시
đều	모두	nhân viên	(人員) 직원
là	...이다	không phải là	...가 아니다
ngân hàng	(銀行) 은행	nội trợ	(內助) 주부
người nước nào?	어느 나라 사람?	Hàn Quốc	(韓國) 한국
người Hàn	(韓) 한국 사람	tiếng Hàn	(韓) 한국어
Việt Nam	(越南) 베트남	người Việt Nam	베트남 사람
tiếng Việt	(越) 베트남어	biết / không biết	알다 / 모르다
…có…không?	...입니까?	nói được … không?	...을 / 를 말할 수 있어요?
đang	...하는 중이다(진행형 시제)	ở	...에
mấy, bao nhiêu	몇, 얼마나	ngoại ngữ	(外語) 외국어
những	...들	học	(學) 공부하다
nhưng	하지만, 그러나	ở đâu?	어디에요?

HỘI THOẠI

A

Anh Park: Chào chị Lee.

Chị Lee: Lâu rồi không gặp, dạo này anh có khỏe không?

Anh Park: Cám ơn chị, tôi khỏe. Còn chị thế nào?

Chị Lee: Dạ, cám ơn anh, tôi cũng bình thường.

Anh Park: À, xin lỗi, xin giới thiệu với chị đây là Lâm, bạn tôi.

Anh Lâm: Chào chị. Tên tôi là Lâm, rất vui được gặp chị!

Chị Lee: Chào anh Lâm. Anh là người Việt Nam phải không?

Anh Lâm: Dạ vâng. Tôi là người Việt Nam.

B

Peter: Chào chị. Tôi là Peter, người Anh. Còn chị, tên chị là gì?

Lee: Tên tôi là Lee, người Hàn Quốc. Rất vui được gặp anh!

Peter: Tôi cũng rất vui được gặp chị. Chị làm gì ở Hà Nội?

Lee: Tôi là sinh viên. Tôi đang học tiếng Việt ở đây. Còn anh?

Peter: Tôi cũng là sinh viên. Tôi cũng sang đây để học tiếng Việt.

Lee: Ồ! Vậy là, chúng ta đều là sinh viên!

C

Hùng: Xin lỗi, em là **người Hàn Quốc** à?
Kim: Vâng, em là người Hàn Quốc.
Hùng: Em là sinh viên **phải không**?
Kim: Vâng, em là **sinh viên**.
Hùng: Em sang Việt Nam **để làm gì**?
Lee: Em sang Việt Nam **để học tiếng Việt**.
Hùng: Em học tiếng Việt **ở đâu**?
Hùng: Em học **ở Hà Nội** ạ.
Lee: Ở Hà Nội, em học ở Trường đại học nào?
Hùng: Dạ, em học ở Trường đại học Khoa học Xã hội và Nhân văn ạ.

TỪ VỰNG 2 (어휘 2)

dạ (vâng)	네 / 예	**lâu rồi**	오랜만에
làm gì?	무엇을 합니까?	**sang đây**	여기로 오다
ở đây	여기에서	**để làm gì?**	무엇을 하기 위해서?
··· phải không?	...맞습니까?	**··· à?**	의문형
khoa học	(科學) 과학	**Trường đại học**	(大學) 대학교
nhân văn	(人文) 인문	**xã hội**	(社會) 사회

LUYỆN TẬP PHÁT ÂM (발음 연습)

I. Luyện đọc chính xác các vần sau (ngắn / dài)

AI (ai)	AY (ay)
hai	hay
mai	may
mài	mày
tai	tay
lái	láy
lại	lạy

ngày mai	hai ngày	vái lạy	cái cày
tày thái	lái máy	lai rai	máy bay

ƠI (ơi)	ÂY (ây)
lời	lầy
cơi	cây
với	vấy
đợi	đậy
đời	đầy
mới	mấy

nơi đây	mới thấy	cơi nới	mới tới
vời vợi	lẩy bẩy	vơi đầy	tới nơi

AO (ao)	AU (au)
lao	lau
cháo	cháu
hào	hàu
mào	màu
nhảo	nhảu
cao	cau

khao nhau	bảo nhau	lảo đảo	hao hao
làu bàu	càu nhàu	tào lao	lau nhau

II. Luyện đọc các phát ngôn sau (chú ý thanh điệu)

Cây cau cao cao.

Bầy trâu chạy đi đâu?

Mấy ông Tây đi câu.

Gió reo lao xao.

Hai bà cháu đang ăn cháo.

Chào mào có áo màu nâu.

LUYỆN NÓI

I. Tập nói theo mẫu

Mẫu 1 **Cô Loan / bác sĩ / y tá**

A: Cô Loan là bác sĩ, **phải không**?

B: **Vâng** (Phải), cô Loan **là** bác sĩ.

C: **Không** (Không phải), cô Loan **không phải là** bác sĩ, cô ấy là y tá.

Tiếp tục với:

1. Ông ấy / giáo sư / bác sĩ

A:

B:

C:

2. Anh Park / nhân viên / sinh viên

A:

B:

C:

3. Chị Lee / thư ký / luật sư

A:

B:

C:

4. Anh Hùng / nhà báo / kế toán

A:

B:

C:

Mẫu 2 **Cô Loan / bác sĩ / Việt Nam**

A: Cô Loan **làm** (nghề) **gì**?

B: Cô Loan **là bác sĩ**.

A: Cô Loan là **người nước nào**?

B: Cô ấy là **người Việt Nam**.

Tiếp tục với:

1. Ông ấy / giáo sư / người Hàn Quốc

A:

B:

A:

B:

2. Anh ấy / nhà báo / người Mỹ

A:

B:

A:

B:

4. Bà Smith / họa sĩ / người Úc

A:

B:

A:

B:

5. Bà Vân / luật sư / người Việt Nam

A:

B:

A:

B:

6. Cô Cheng / y tá / người Trung Quốc

A:

B:

A:

B:

II. Nói theo tranh (nhìn tranh và luyện tập theo mẫu)

Mẫu Chị **Kim** / **sinh viên** / **Hàn Quốc** / **tiếng Việt**

→ 1. Tên chị ấy là **Kim**.

2. Chị Kim là **sinh viên**.

3. Chị Kim là **người Hàn Quốc**.

4. Chị ấy biết **tiếng Việt**.

Tiếp tục với:

Cô Lan / giáo viên / Việt Nam / tiếng Anh

Anh Park / nhân viên ngân hàng / Hàn Quốc / tiếng Việt

Chị Loan / nội trợ / Việt Nam / tiếng Hàn

Anh David / nhạc sĩ / người Úc / tiếng Việt

Anh Lin / kỹ sư / Trung Quốc / tiếng Nhật

Chị Sarin / Malaixia / tiếng Malayu

III. Sử dụng từ gợi ý trong ngoặc trả lời câu hỏi

1. Bà Smith là người nước nào? (Pháp)

2. Anh Sato là người nước nào? (Nhật)

3. Ông David là người nước nào? (Anh)

4. Chị Lee là người nước nào? (Hàn Quốc)

5. Anh ấy là người nước nào? (Việt Nam)

6. Bà ấy là người nước nào? (Úc)

III. Nói theo ngữ cảnh

1. Điền từ ngữ thích hợp vào chỗ trống

Hội thoại 1

A: Xin lỗi, tên em ________?

B: Dạ, ________ Lee ạ.

A: Em ________ Việt không?

B: Dạ, có ạ.

Hội thoại 2

A: ________ anh.

B: Chào ________. Tôi là Lâm. Còn chị, ________ gì?

A: Tên ________ Park. Anh Lâm ________ phải không?

B: Vâng, ________ người Việt Nam. Chị là người ________ à?

A: Vâng ________ Hàn Quốc. ________ tiếng Hàn không?

B: Không, tôi ________ biết. Tôi đang ________. Thế, chị có biết tiếng Việt không?

A: Tôi biết một chút ________ thôi.

2. Điền câu phù hợp vào chỗ trống

Hội thoại 1

Nam: Chào chị Lan.

Lan: ________________.

Nam: Chị Lan có khỏe không?

Lan: ________________. Còn anh?

Nam: Cám ơn chị. ________________.

Hội thoại 2

A: Xin lỗi anh tên là gì?

B: ______________.

A: ______________ phải không?

B: Vâng, tôi là người Hàn Quốc.

A: ______________?

B: Vâng, tôi là sinh viên.

A: ______________?

B: Có, tôi có biết tiếng Việt.

3. Trả lời các câu hỏi sau

1. Chào em, em có khỏe không?

____

2. Xin lỗi, em tên là gì?

____

3. Em là người nước nào?

____

4. Em là sinh viên phải không?

____

5. Em có biết tiếng Việt không?

____

III. Đặt câu hỏi cho những câu trả lời sau

1. Tên tôi là Park.

?

2. Họ là người Thái Lan.

?

3. Bạn tôi là người Việt Nam.

?

4. Ông ấy là nhà văn.

?

5. Tên chị ấy là Lee.

?

6. Họ là nhân viên ngân hàng.

?

IV. Trả lời bằng cách lựa chọn đáp án đúng

1. Xin lỗi, anh là người Trung Quốc, phải không?

① Vâng, tôi sống ở Trung Quốc.

② Vâng, tôi là người Trung Quốc.

③ Vâng, tôi mới sang Trung Quốc.

2. Chị ấy làm nghề gì?

① Chị ấy là người nước ngoài.

② Chị ấy là bác sĩ.

③ Chị ấy không biết tiếng Việt.

3. Anh biết tiếng gì?

① Tôi học tiếng Pháp.

② Tôi biết tiếng Anh.

③ Tôi đọc tiếng Việt.

4. Xin lỗi anh, anh ấy là ai?

① Anh ấy là người Hàn Quốc.

② Anh ấy làm công nhân.

③ Anh ấy là bạn tôi.

5. Giáo viên tiếng Việt của chị là người nước nào?

① Giáo viên tiếng Việt của tôi sống ở Hà Nội.

② Giáo viên tiếng Việt của tôi là người Hà Nội.

③ Giáo viên tiếng Việt của tôi là người Việt Nam.

6. Bạn thân của cậu tên là gì?

① Họ tên là Lan.

② Các chị ấy tên là Lan.

③ Bạn thân của tớ tên là Lan.

7. Tôi là người Việt Nam, còn anh là người nước nào?

① Không, tôi không phải là người Việt Nam.

② Tôi là người Lào.

③ Tôi là người đến từ Việt Nam.

8. Xin lỗi, chị là Mai, phải không?

① Không sao, tôi không phải là Mai.

② Vâng, tôi là chị Mai.

③ Vâng, tôi là Mai.

ĐỌC-HIỂU

I. Đọc hiểu bài đọc sau

TÊN CỦA NGƯỜI VIỆT

Gia đình Việt Nam theo **phụ hệ**. Vì vậy, tên của con cái mang họ cha.

Tên của một người Việt thường gồm 3 phần: **họ**, **tên đệm** (hay **tên lót**) và **tên**. Ví dụ, "**Nguyễn Văn Tâm**" hay "**Nguyễn Thị Loan**" thì "**Nguyễn**" là họ, "**Văn**" và "**Thị**" là tên đệm, còn "**Tâm**" và "**Loan**" là tên.

Hàng ngày, người Việt gọi nhau bằng "tên", chẳng hạn: "**Tâm ơi**", "**Loan ơi**" hoặc "**Anh Tâm ơi**", "**Chị Loan ơi**" ··· Nếu tên trùng nhau thì người ta gọi tên với tên đệm. Ví dụ: Vân Trang, Minh Trang, Mai Trang, Thanh Trang··· v.v. Thường thường, "**Văn**" là tên đệm cho nam và "**Thị**" là tên đệm cho nữ.

TỪ VỰNG 3 (어휘 3)

gia đình	(家庭) 가족	**phụ hệ**	(父系) 부계
vì vậy	그래서	**con cái**	자식
mang	가지다	**họ**	성
phần	(分) 부분	**tên đệm (lót)**	중간 이름
tên	이름	**gọi nhau**	서로 부르다
ví dụ (chẳng hạn)	예를 들면 (예를 들어)	**hàng ngày**	매일
với	...와 함께	**cho**	...에게
trùng nhau	겹치다	**người ta**	사람들
thường thường	보통	**cả … lẫn…**	...뿐만 아니라 ...도
nam	(男) 남성	**nữ**	(女) 여성

II. Trả lời bằng cách chọn đáp án đúng

1. Gia đình Việt Nam theo ______.

① mẫu hệ

② phụ hệ

③ cả ① và ②

2. Tên của con cái mang họ của ai?

① họ của mẹ

② họ của cha

③ hầu hết họ của cha

3. Tên của một người Việt Nam gồm mấy phần?

① gồm 3 phần

② gồm 4 phần

③ gồm 5 phần

4. Hàng ngày, người Việt gọi nhau bằng gì?

① bằng họ

② bằng tên

③ bằng tên đệm

5. Tên đệm “Văn” dùng cho ai?

① dùng cho nam

② dùng cho nữ

③ dùng cho cả nam lẫn nữ

6. Trường hợp tên trùng nhau thì người ta gọi như thế nào?

① bằng họ và tên đệm

② bằng tên lót và tên

③ bằng tên

7. Tên đệm “Thị” dùng cho ai?

① dùng cho nam

② dùng cho nữ

③ dùng cho cả nam lẫn nữ

Bản ghi nhớ

Bài 03

MIÊU TẢ NGƯỜI VÀ ĐỒ VẬT

Cái đồng hồ này thế nào?

NHỮNG CÂU CẦN NHỚ

A

Đây là cái gì?

Đây là cái đồng hồ.

Cái đồng hồ này (như) thế nào?

Cái đồng hồ này rất tốt.

Kia là con mèo (có) phải không?

Vâng, kia là con mèo.

Con mèo kia (như) thế nào?

Còn mèo kia rất hiền.

Còn đấy là cái gì?

Đấy là lớp học của chúng tôi.
Lớp học của các anh (như) thế nào?
Lớp học của chúng tôi rộng và sáng.
Trong lớp học có những gì?
Trong lớp học có bàn, ghế, bảng và điều hòa.
Trong lớp học có những ai?
Trong lớp học có giáo viên và sinh viên.

B

Đây là ai?
Đây là chị Lan, bạn tôi.
Chị ấy năm nay bao nhiêu tuổi?
Năm nay, chị ấy 20 tuổi.
Chị Lan là người nước nào?
Chị ấy là người Việt Nam.
Chị Lan là người như thế nào?
Chị Lan da trắng, tóc dài và rất xinh.
Còn đây là ai?
Đây là chị Lee. Chị ấy là người Hàn Quốc.
Chị Lee có phải là sinh viên không?
Không, chị ấy không phải là sinh viên. Chị ấy là nhân viên ngân hàng.
Chị Lee (như) thế nào?
Chị ấy khá xinh và rất chăm chỉ.

C

Giới thiệu
Xin tự giới thiệu⋯.
Xin tự giới thiệu với các bạn⋯⋯⋯.
Chào các bạn, tôi xin tự giới thiệu⋯.
Tôi tên là Lee. Tôi là người Hàn Quốc. Năm nay tôi 19 tuổi.
Tôi là sinh viên. Tôi đang học tiếng Việt ở Trường đại học Ngoại ngữ Hankuk.

TỪ VỰNG 1 (어휘 1)

miêu tả	(描寫) 묘사	**đồ vật**	물건
đây	이 (사람 / 사물 / 장소 / 시간)	**đấy**	저 (사람 / 사물 / 장소 / 시간)
đó	그, 저	**kia**	저기
cái gì?	무엇?	**con gì?**	무슨 동물?
ai?	누구?	**quả gì?**	무슨 과일?
(như) thế nào?	어때요?	**đồng hồ**	(銅壺) 시계
con mèo	고양이	**rất**	매우
tốt / xấu	좋은 / 나쁜	**hiền / dữ**	상냥한 / 사나운
trắng/ đen	흰 / 까만	**dài / ngắn**	긴 / 짧은
xinh / không xinh	예쁜 / 예쁘지 않은	**rộng / hẹp, chật**	넓은 / 좁은
sáng / tối	밝은 / 어두운	**tuổi**	나이
chăm (chỉ)	열심히	**ngân hàng**	(銀行) 은행
năm nay	올해	**lớp học**	교실
trong	...안에	**bàn**	책상
ghế	의자	**bảng**	칠판
điều hòa	에어컨 (냉온풍기)	**những (cái) gì?**	무엇들?
giới thiệu	(介紹) 소개하다	**tự giới thiệu**	(自介紹) 자기소개
học	(學) 공부하다	**tiếng Việt**	(越) 베트남어
trường đại học	(大學) 대학교	**ngoại ngữ**	(外語) 외국어

HỘI THOẠI

A

Chị Park: Anh Lâm ơi, đây là cái gì?

Anh Lâm: À, đây là cái cầu.

Chị Park: Cái cầu này thế nào?

Anh Lâm: Cái cầu này dài và hiện đại.

Chị Park: Tên cầu là gì, anh?

Anh Lâm: Tên cầu là cầu Rồng.

Chị Park: Cầu này ở đâu, anh?

Anh Lâm: Cầu này ở thành phố Đà Nẵng, Việt Nam.

B

Chị Lan: Kia là ai, anh Lee?

Anh Lee: Kia là chị Chang, bạn tôi.

Chị Lan: Chị ấy là người nước nào?

Anh Lee: Chị ấy cũng là người Hàn Quốc.

Chị Lan: Chị ấy làm gì, anh?

Anh Lee: Chị ấy là sinh viên.

Chị Lan: Chị ấy có biết tiếng Việt không?

Anh Lee: Có, chị ấy có biết một ít tiếng Việt.

Chị Lan: Chị ấy có nói được tiếng Anh không?

Anh Lee: Có, chị ấy nói tiếng Anh rất giỏi.

Chị Lan: Chị Chang là người thế nào?

Anh Lee: Chị ấy hơi cao, mắt to, tóc đen và dài. Chị Chang là người thông minh và chăm chỉ.

Chị Lan: Chị Chang đến Việt Nam để làm gì, anh Lee?

Anh Lee: Chị ấy đến Việt Nam để học tiếng Việt. Chị ấy muốn học tiếng Việt ở thành phố Hồ Chí Minh.

TỪ VỰNG 2 (어휘 2)

cái cầu	(橋) 다리	**hiện đại**	(現代) 현대
ở đâu	어디에	**thành phố**	도시
nói được	말할 수 있다	**giỏi**	잘하는
một ít	약간, 조금	**tiếng Anh**	(英) 영어
thông minh	(聰明) 똑똑한, 총명한	**chăm chỉ**	열심히
để làm gì?	무엇을 하기 위해서?	**muốn**	원하다
cao	(高) 키가 큰, 높은	**mắt to**	눈이 크다
tóc đen	까만 머리	**dài**	긴

LUYỆN TẬP PHÁT ÂM (발음 연습)

I. Luyện đọc chính xác các vần sau (ngắn / dài)

ANG (ang)

1. an - ang
   lan – lang - hang

lang thang	hàng tháng
sang tháng	làng nhàng

ĂNG (ăng)

ăn - ăng
lăn – lăng – căng

lăng nhăng	căng thẳng
bằng lăng	văng vẳng

ANH (anh)

2. an – anh – ang
   làn – lành – làng

nhanh nhanh	lành lạnh
thanh mảnh	bánh canh

ÁCH (ách)

ác – ách – ăng
các – cách – căng

lách cách	lạch bạch
lác đác	nói thách

3.

anh ách	rành mạch	thanh bạch	khanh khách
tanh tách	cách khác	bằng cách	tách bạch

II. Luyện đọc các từ ngữ và phát ngôn sau (chú ý thanh điệu)

Xin tự giới thiệu···

Chào các bạn, tôi xin tự giới thiệu với các bạn···

Tôi tên là···

Bao nhiêu tuổi?

Người nước nào?

Đại học ngoại ngữ

Trường đại học ngoại ngữ

Học tiếng Việt.

Học tiếng Việt ở đâu?

Tôi đang học tiếng Việt ở Trường đại học Ngoại ngữ Hankuk.

LUYỆN NÓI

I. Nói theo tranh (nhìn tranh và luyện tập theo mẫu)

Mẫu 1 **Đây / đồng hồ / thế nào?**

→ - Đây là cái gì?

- Đây là cái đồng hồ.
- Cái đồng hồ này như thế nào?
- Cái đồng hồ này hình tròn, có 3 kim và rất chính xác.

Tiếp tục với:

1. Kia / con mèo / thế nào?

-
-
-
-

2. Đây là / quả xoài / thế nào?

-
-
-
-

3. Đấy là / cái cốc / thế nào?

-
-
-
-

Mẫu 2 **Đây / chị Lee / Hàn Quốc / 20 / thế nào?**

→ - Đây là ai?

- Đây là chị Lee.
- Chị Lee là người nước nào?
- Chị ấy là người Hàn Quốc.
- Năm nay, chị Lee bao nhiêu tuổi?
- Năm nay, chị ấy 20 tuổi.
- Chị Lee là người thế nào?
- Chị ấy tóc dài, da trắng, hơi cao và rất xinh.

Tiếp tục với:

1. Kia / anh Park / Hàn Quốc / 22 / thế nào?

-
-
-
-
-
-

-

-

2. Đây / cô giáo tôi / Việt Nam / 32 / thế nào?

-

-

-

-

3. Đó / ông bà tôi / Hàn Quốc / 70-65 / thế nào?

-

-

-

-

-

-

-

-

Mẫu 2 **Kia / phòng học / nhỏ, rất đẹp / có những gì?**

→ - Kia là cái gì?

- Kia là phòng học của tôi.
- Phòng học của anh (như) thế nào?
- Phòng học của tôi nhỏ nhưng rất đẹp.
- Trong phòng học có những gì?
- Trong phòng học có bàn, ghế, máy tính và sách.

Tiếp tục với:

1. Đây / nhà tôi / 2 tầng, đẹp / có mấy phòng?

-
-
-
-
-
-

2. Kia / phòng khách / đẹp, hiện đạ i / những ai? / đang làm gì?

-
-
-
-
-
-

3. Đây / lớp học của chúng tôi / có những gì? đang làm gì?

-
-
-
-
-
-

II. Nói theo ngữ cảnh

1. Điền các từ ngữ dưới đây vào các chỗ trống

tự	chào	Văn	20	thể thao	các bạn	Nam
Việt Nam	ngoại ngữ	bóng rổ	Nguyễn	sinh viên	tiếng Việt	
bóng đá	làm việc	biết	làm việc	Hàn Quốc		

(1) ______ các bạn!

Tôi xin (2) ______ giới thiệu, tên tôi là (3) ______ (4) ______ (5) ______.

"(6) ______ " là họ, "(7) ______ " là tên đệm và "(8) ______ " là tên.

Tôi là người (9) ______.

Năm nay, tôi (10) ______ tuổi.

Hiện nay tôi là (11) ______.

Tôi đang học (12) ______ ở Trường đại học (13) ______ Hankuk, Seoul, Hàn Quốc.

Sở thích của tôi là (14) ______.

Tôi thích chơi (15) ______ và (16) ______.

Ước mơ của tôi là (17) ______, tiếng Hàn.

Sau này, tôi muốn (18) ______, ở (19) ______.

2. Tự giới thiệu bản thân

Chào ______.

Tôi xin tự giới thiệu ______.

Tên tôi là ______.

Năm nay, tôi ______ tuổi.

Tôi là người ______.

Hiện nay, tôi là ______.

Tôi đang học ______ tại Trường ______ Ngoại ngữ Hankuk.

Sở thích của tôi là ______.

Ước mơ của tôi là ______.

III. Đặt câu hỏi cho những câu trả lời sau

1. Đây là cái bàn.

______?

2. Kia là con mèo.

______?

3. Đấy là quả táo.

______?

4. Cái bàn này rất tốt.

______?

5. Quả táo ấy rất ngon.

?

6. Con mèo ấy rất hiền.

?

7. Tiếng Việt hơi khó.

?

8. Thời tiết hôm nay hơi lạnh.

?

IV. Tìm các từ chỉ nghề nghiệp kết hợp với "...viên, ...sư, ...sĩ"

Ví dụ:

viên	sư	sĩ
Nhân viên	Giáo sư	Nha sĩ

V. Sử dụng các từ gợi ý và *"hơi, khá, rất"* trả lời các câu hỏi sau

1. Ngôi nhà đó thế nào? (rộng, chật, đẹp, xấu)

2. Anh ấy thế nào? (cao, thấp, đẹp trai, xấu trai)

3. Lớp học này thế nào? (rộng, hẹp, mát, nóng)

4. Ông ấy thế nào? (khỏe, yếu, già, trẻ)

5. Bạn thân em thế nào? (hiền, tốt, gầy, béo)

6. Chị ấy thế nào? (gầy, yếu, xinh gái, tốt)

7. Tiếng Việt thế nào? (khó, dễ, hay, cao, to)

8. Thời tiết hôm nay thế nào? (nóng, lạnh, dễ chịu, khó chịu)

ĐỌC-HIỂU

I. Đọc hiểu bài đọc sau

LỚP HỌC CỦA CHÚNG TÔI

Lớp học (của) chúng tôi rộng khoảng 40 mét vuông (m^2). Trong lớp có bàn, ghế, 1 cái bảng to, một bàn (của) giáo viên và nhiều thiết bị hiện đại. Bàn ghế trong lớp đều đẹp, tốt và sạch sẽ. Lớp học của chúng tôi còn có lò sưởi và máy lạnh. Khi thời tiết lạnh, chúng tôi bật lò sưởi còn khi thời tiết nóng chúng tôi sử dụng máy lạnh.

Lớp học chúng tôi có 20 sinh viên. Tất cả chúng tôi đều là sinh viên học tiếng Việt. Các sinh viên đều là người Hàn Quốc. Trong lớp chúng tôi, anh Park là người cao nhất. Anh ấy cao 1m80. Anh Park có khuôn mặt vuông, da trắng, mắt đen, miệng rộng. Anh Park rất đẹp trai. Còn trong các nữ sinh viên, chị Lee là người xinh nhất. Đôi mắt chị ấy tròn, to. Mái tóc của chị ấy đen và dài. Chị Lee rất tươi.

Cô giáo (của) chúng tôi là người Việt Nam. Tên cô ấy là Hoa. Cô Hoa không cao, da trắng, tóc dài. Cô ấy rất hiền và thông minh. Hàng ngày, cô Hoa dạy chúng tôi tiếng Việt. Cô dạy chúng tôi đọc, nghe, nói và viết tiếng Việt. Chúng tôi rất thích lớp học này.

TỪ VỰNG 3 (어휘 3)

lớp học	교실	rộng	넓은
mét vuông (m^2)	미터	khoảng, độ, chừng	약, 대략
trong	안에	bàn, ghế	책상, 의자
bảng	칠판	thiết bị	(設備) 설비
to, lớn	큰	hiện đại	(現代) 현대
sạch (sẽ)	깨끗한	lò sưởi	난방
máy lạnh	에어콘	khi	때
thời tiết	(時節) 날씨	bật	켜다
sử dụng	(使用) 사용하다	cao	(高) 높은
nhất	(一) 가장	đẹp trai	잘 생긴 남자
xinh (gái)	예쁜 (여자)	tươi	성격이 밝다
hiền (lành)	(賢) 착한	thông minh	(聰明) 총명한
dạy	가르치다	nghe	듣다
đọc	(讀) 읽다	viết	쓰다

II. Trả lời các câu hỏi sau

1. Lớp học của các em rộng bao nhiêu mét vuông?

2. Trong lớp học có những gì?

3. Bàn ghế trong lớp như thế nào?

4. Lớp học của các em có bao nhiêu sinh viên?

5. Anh Park có ngoại hình thế nào?

6. Vẻ ngoài của chị Lee thế nào?

7. Cô giáo của các em thế nào?

8. Cô dạy các em làm những gì?

III. Trả lời bằng cách lựa chọn đáp án đúng

1. Chị Lee Sung In biết những ngoại ngữ nào?

① Chị ấy biết tiếng Việt.

② Chị ấy biết tiếng Hàn và tiếng Việt.

③ Chị ấy biết tiếng Anh và tiếng Việt.

2. Ngoại hình chị ấy thế nào?

① Chị ấy hơi gầy và hơi đen.

② Chị ấy hơi gầy nhưng hơi đen.

③ Chị ấy hơi gầy và rất béo.

3. Anh nói được tiếng Việt không?

① Tôi không học tiếng Việt.

② Tôi nói được ạ.

③ Tôi hiểu được ạ.

4. Xin lỗi, bà ấy là ai?

① Bà ấy là người Trung Quốc.

② Bà ấy tên là Thủy.

③ Bà ấy là mẹ tôi.

5. Họ có biết tiếng Nhật không?

① Vâng. Họ là người Nhật.

② Có. Họ có biết tiếng Nhật.

③ Đúng. Họ nói tiếng Nhật rất tốt.

6. Thời tiết hôm nay thế nào?

① Thời tiết hôm nay nóng và ẩm.

② Thời tiết hôm nay mát và ẩm.

③ Thời tiết hôm nay đẹp nhưng mát.

7. Cô giáo tiếng Việt của các anh thế nào?

① Cô giáo tiếng Việt của chúng tôi là người Việt Nam.

② Cô giáo tiếng Việt của chúng tôi dạy rất tốt.

③ Cô giáo tiếng Việt của chúng tôi rất hiền và tốt.

8. Tiếng Việt của em dạo này thế nào?

① Tiếng Việt của em dạo này khá tốt.

② Tiếng Việt của em dạo này rất khó.

③ Tiếng Việt của em dạo này rất lười.

V. Tập nói tiếng Việt với các chủ đề sau (mỗi chủ đề khoảng 150 – 200 từ)

1. Giới thiệu về bản thân với các bạn.
2. Giới thiệu về lớp học của em.

Bản ghi nhớ

Bài 04

SỐ LƯỢNG – THỜI GIAN

Hôm nay là thứ mấy? Ngày bao nhiêu?

NHỮNG CÂU CẦN NHỚ

A

Xin lỗi, bây giờ là **mấy giờ**?

Xin lỗi anh, bây giờ là **mấy giờ rồi** ạ?

Bây giờ là mười (10) giờ **mười** (phút).

Chị ơi, bây giờ là mấy giờ rồi ạ?

Bây giờ là 10 giờ **đúng**.

Bây giờ là 10 giờ 30 phút (**rưỡi**).

Mấy giờ rồi, cậu?

Tám giờ **kém** 15 (phút).

Ở Hà Nội, bây giờ là mấy giờ?

Ở Hà Nội, bây giờ là 7 giờ, muộn hơn Seoul 2 tiếng.
Xin lỗi, số điện thoại của cậu thế nào?
Số điện thoại của cậu là bao nhiêu?
Số (điện thoại) của tớ là: 010-938-476-87.

B

Hôm nay là thứ mấy?
Hôm nay là thứ bảy.
Ngày mai là chủ nhật, ngày kia là thứ hai.
Thứ hai, anh làm gì?
Thứ hai, tôi đi học.
Anh đang học gì?
Tôi đang học tiếng Việt.
Một tuần, anh học mấy buổi?
Một tuần tôi học 5 buổi, từ thứ hai đến thứ sáu.
Anh đang học tiếng Việt ở đâu?
Tôi đang học tiếng Việt ở Trường đại học Ngoại ngữ Hankuk.
Lớp học của anh có bao nhiêu sinh viên?
Lớp học của tôi có 30 sinh viên.

C

Ngày, tháng, năm
Một ngày có bao nhiêu giờ?
Một ngày có 24 giờ.
Một tuần có mấy ngày?
Một tuần có 7 ngày.
Một tháng có mấy tuần?
Một tháng có 4 tuần.
Từ thứ hai đến thứ sáu là ngày làm việc.
Thứ bảy và chủ nhật là ngày nghỉ.
Một năm có 12 tháng.
Một tháng có 30 hoặc 31 ngày, trừ tháng hai có 28 ngày.
Tháng 1 còn gọi là tháng Giêng; tháng 12 còn gọi là tháng Chạp.

TỪ VỰNG 1 (어휘 1)

giờ	시	**phút**	분
giây	초	**kém**	(...분) 전
rưỡi	반	**ngày**	일
tuần	주	**tháng**	월
muộn hơn	더 늦게	**sớm hơn**	더 일찍
năm	년	**đầu tuần (tháng, năm)**	주초 (월초 / 연초)
giữa tuần (tháng, năm)	주중 (월중 / 연중)	**cuối tuần (tháng, năm)**	주말 (월말 / 연말)
buổi sáng	아침	**buổi trưa**	점심
buổi chiều	오후	**buổi tối**	저녁
đêm	밤	**hàng ngày (tuần, tháng, năm)**	매일(매주 / 매월 / 매년)
hôm nay	오늘	**hôm qua**	어제
ngày mai	내일	**tuần này (tháng)**	이번 주 (이번 달)
tuần sau (tháng, năm)	다음 주 (다음 달 / 다음 해)	**tuần trước (tháng, năm)**	지난 주 (지난 달 / 지난 해)
lịch âm (Âm lịch)	(陰曆) 음력	**lịch dương (Dương lịch)**	(陽曆) 양력

HỘI THOẠI

A

Park: Lee ơi, bây giờ là mấy giờ rồi?

Lee: Bây giờ là 8 giờ rưỡi. Mấy giờ cậu đi học?

Park: Tớ đi học lúc 9 giờ kém 15.

Lee: Hôm nay, cậu học mấy tiết?

Park: Hôm nay, tớ học 4 tiết, từ 9 giờ đến 11 giờ và từ 1 giờ chiều đến 3 giờ chiều.

Lee: Từ 11 giờ đến 13 giờ, cậu làm gì?

Park: Tớ đi ăn trưa với các bạn cùng lớp và tự học.

Lee: Các cậu đi ăn trưa ở đâu?

Park: Chúng tớ ăn trưa ở nhà ăn của trường đại học.

Lee: Thế, mấy giờ cậu về nhà?

Park: Tớ về nhà lúc 3 giờ rưỡi chiều.

B

Anh Chang: Ngày mai, chị có rỗi không?

Chị Lee: Có việc gì thế, anh?

Anh Chang: Tôi muốn mời chị đi xem phim.

Chị Lee: Thế à. Ngày mai là thứ mấy?

Anh Chang: Mai là thứ sáu.

Chị Lee: Thứ sáu à? Để tôi xem. Ồ, xin lỗi anh, tối mai tôi phải học tiếng Anh.

Anh Chang: Vậy thì ngày kia? Chị có bận gì không?

Chị Lee: Ngày kia là thứ bảy. Chiều thứ bảy, tôi thường chơi bóng bàn nhưng buổi tối, tôi rỗi.

Anh Chang: Tốt quá! Thế thì chúng ta sẽ đi xem phim vào tối thứ bảy!

C

Chị Kang: Ở Việt Nam, một năm có mấy mùa, anh Lee?

Anh Lee: Nghe nói, ở miền Bắc có 4 mùa, còn miền Nam có 2 mùa?

Chị Kang: Bốn mùa là những mùa nào, anh?

Anh Lee: Đó là mùa xuân, mùa hè, mùa thu và mùa đông.

Chị Kang: Thế còn 2 mùa, là những mùa nào?

Anh Lee: Đó là mùa khô và mùa mưa.

Chị Kang: Anh thấy mùa nào ở Việt Nam đẹp nhất?

Anh Lee: Tôi thấy mùa thu đẹp nhất. Vào mùa thu, ít mưa, thời tiết mát, gió nhẹ···

TỪ VỰNG 2 (어휘 2)

đi học	공부하러 가다	tiết (học)	(節) 교시(수업)
từ… đến…	...부터 ...까지	(2 giờ) chiều	오후 (2시)
(9 giờ) sáng	오전 (9시)	(9 giờ) tối	저녁 (9시)
(đi) ăn trưa	점심을 먹다(먹으러 가다)	bạn cùng lớp	같은 반 친구
nhà ăn	식당	về nhà	귀가하다
rỗi, rảnh	한가한, 여유로운	việc (gì)	(무슨) 일
vậy, thế	그러면	muốn	원하다
mời	초대하다	thế à	그래요?
thứ mấy?	무슨 요일?	để tôi xem	제가 한번 볼게요
phải	...해야만 한다	cần	필요하다
ngày kia	모레	bận	바쁘다
thường (thường)	보통	chơi	놀다
bóng bàn	탁구	xem (phim)	(영화) 보다
mùa	계절	nghe nói	(누군가 말하는 것을) 들었다
miền Bắc	(北) 북부	miền Nam	(南) 남부
mùa khô	건기	mùa mưa	우기
thấy	느끼다, 생각하다, 보다	mưa	비
gió	바람	nhất	(一) 제일, 가장
thời tiết	(時節) 날씨	mát	시원한

LUYỆN TẬP PHÁT ÂM (발음 연습)

I. Luyện đọc chính xác các vần sau (chú ý ngắn / dài)

ONG (ong)

1. on - ong
   con – cong - bong

bong bóng	lòng thòng
đừng hòng	thòng lọng

ÓC (óc)

óc - khóc
hóc – học – đọc

lóc cóc	róc rách
thọc mạch	học hàn

ÔNG (ông)

2. ôn – ông – không
   chôn – chông – đông

ôn tồn	ông ổng
tổng ngổng	thông cống

ỐC (ốc)

ốc – hốc – cốc
khô không khốc

lốc cốc	tổng tộc
đốc công	gió lốc

3.

trông ngóng	công cốc	hỏng hóc	tòng tọc
trông mong	cong cóng	học đọc	ròng rọc
chong chóng	lóng ngóng	nọc độc	lóc nhóc

II. Luyện đọc các từ ngữ và phát ngôn sau (chú ý thanh điệu)

Buổi sáng hôm qua	=	sáng qua
Buổi chiều ngày mai	=	chiều mai
Buổi tối hôm nay	=	tối nay

9 giờ **sáng** thứ **hai** tuần **này**

11 giờ **trưa** thứ **ba** tuần **sau**

4 giờ **chiều** thứ **tư** tuần **trước**

7 giờ **tối** thứ **bảy** tuần **này**

Mùa xuân năm nay	=	mùa xuân này
Mùa hè (hạ) năm sau (tới)	=	mùa hè sau (tới)
Mùa thu năm trước (ngoái)	=	mùa thu trước
Mùa đông năm nay	=	mùa đông này

Chiều qua, em (đã) ở đâu?

Sáng qua, em (đã) làm gì? lúc mấy giờ? với ai? để làm gì?

Tối qua em đã đi đâu? lúc mấy giờ? với ai? để làm gì?

LUYỆN NÓI

I. Nói theo tranh (nhìn tranh và luyện tập theo mẫu)

Mẫu 1 **mấy giờ - 10 giờ 10 phút – hôm nay – bắt đầu - lúc mấy giờ - 9 giờ đúng**

A: Xin lỗi cậu, bây giờ là **mấy giờ**?

B: Bây giờ là **10 giờ 10** (phút).

A: Hôm nay, chúng ta bắt đầu học **lúc mấy giờ**?

B: Hôm nay, chúng ta bắt đầu học **lúc 9 giờ đúng**.

Tiếp tục với:

1. mấy giờ - 12 giờ kém 5 – hôm nay – kết thúc - lúc mấy giờ - 2 giờ kém 15

A:

B:

A:

B:

2. mấy giờ - 9 giờ – hôm nay - lúc mấy giờ - 9 giờ đúng

A:

B:

A:

B:

Mẫu 2 **Một tuần – mấy buổi? – 3 buổi – thứ mấy? – 2, 4 và 6**

A: Một tuần, bạn học tiếng Việt mấy buổi?

B: Một tuần, mình học tiếng Việt 3 buổi.

A: Bạn học vào thứ mấy?

B: Mình học vào thứ hai, thứ tư và thứ sáu.

Tiếp tục với:

1. Một tuần – mấy buổi? – 2 buổi – thứ mấy? – 4 và 6

A:

B:

A:

B:

2. Một tuần – mấy buổi? – 4 buổi – thứ mấy? – 2, 4, 5 và 6

A:

B:

A:

B:

Mẫu 3 cái gì? – lịch 11 / 2019 – bao nhiêu ngày? – 30 thứ mấy? – ngày bao nhiêu?

A: Đây là cái gì?

B: Đây là lịch tháng 11 năm 2019.

A: Tháng 11 có bao nhiêu ngày?

B: Tháng 11 có 30 ngày.

A: Hôm nay là thứ mấy? ngày bao nhiêu?

B: Hôm nay là thứ ba ngày 12 tháng 11.

Tiếp tục với:

1. cái gì? – lịch 12 / 2019 – bao nhiêu ngày? – 31 thứ mấy? – ngày bao nhiêu?

A: ____________________

B: ____________________

A: ____________________

B: ____________________

A: ____________________

B: ____________________

2. cái gì? – lịch 2 / 2019 – bao nhiêu ngày? – 28 thứ mấy? – ngày bao nhiêu?

A:

B:

A:

B:

A:

B:

II. Đọc các phép tính và con số dưới đây

Mẫu 1

1	(+)	2	(=)	3
một	(cộng)	**hai**	(bằng)	**ba**

Tiếp tục với:

1+	3	=	4
2 +	5	=	?
3 ×	2	=	?
4 ×	3	=	?
10 -	6	=	?
11 -	10	=	?
15 :	3	=	?
20 :	4	=	?

Mẫu 2 **Đọc các số sau**

1		11	
21		31	
4		14	
24		34	
5		15	
25		101	

III. Sử dụng từ ngữ gợi ý luyện tập theo mẫu

Mẫu

- Tôi / tối chủ nhật / xem ti vi

→ - Chủ nhật, anh thường làm gì?

- Tối chủ nhật, tôi thường xem ti vi.

Tiếp tục với:

1. Họ / từ thứ hai đến thứ sáu / đi làm việc

2. Anh Park / cuối tuần / nghỉ ở nhà

3. Chị Lee / tối thứ năm / học tiếng Anh

4. Anh Chang / chiều thứ bảy / chơi thể thao

5. Bác sĩ Hùng / từ 5 giờ đến 6 giờ sáng / tập thể dục

6. Các sinh viên / hàng ngày / đi học

7. Em / lúc rỗi / đọc sách, nghe nhạc

8. Anh Kang / lúc buồn / uống rượu, hút thuốc

IV. Đặt câu hỏi cho những câu trả lời sau

1. Bây giờ là 10 giờ đúng.

?

2. Hôm nay là thứ hai.

?

3. Tháng sau là tháng 6.

?

4. Ngày mai là ngày mồng 5.

?

5. Sinh nhật của tôi là ngày 15 tháng 6 năm 2000.

?

6. Số điện thoại của tôi là 0103247836.

?

7. Lớp tôi có 30 sinh viên.

?

8. Năm nay, cháu 3 tuổi ạ.

?

V. Trả lời các câu hỏi sau, liên kết thành đoạn

1. Hôm nay là thứ mấy? Ngày bao nhiêu?

2. Bây giờ là mấy giờ?

3. Hiện nay, em đang học gì ở Trường đại học Ngoại ngữ Hankuk?

4. Mỗi ngày em học tiếng Việt mấy tiết?

5. Mỗi tuần em học mấy ngày? Những ngày nào?

6. Em thấy tiếng Việt thế nào?

VI. Nói theo ngữ cảnh

1. Nói về thời gian biểu trong ngày của bạn

THỜI GIAN BIỂU HÀNG NGÀY

BUỔI SÁNG	6:30 – 7:00	**Thức dậy, vệ sinh cá nhân và ăn sáng**
	7:00 – 7:30	**Thức dậy, vệ sinh cá nhân và ăn sáng**
	7:30 – 11:15	**Học 4 tiết, nghỉ giải lao 30 phút**
BUỔI TRƯA	11:15 – 12:15	**Ăn trưa tại trường**
	12:15 – 13:30	**Nghỉ trưa và tự học tại trường**
BUỔI CHIỀU	13:30 – 16:30	**Học 3 tiết, nghỉ giải lao 20 phút**
	16:30 – 17:30	**Luyện tập thể thao tại trường**
BUỔI TỐI	17:30 – 20:00	**Về nhà, vệ sinh cá nhân, nghỉ ngơi và ăn tối**
	20:00 – 22:30	**Tự học, làm bài tập, chuẩn bị bài**

ĐỌC-HIỂU

I. Đọc hiểu bài đọc sau

Ông Park là người Hàn Quốc. Ông ấy là nhà kinh doanh. Hiện nay, ông Park đang kinh doanh ở Việt Nam. Ông ấy rất bận. Hàng ngày ông Park thường dậy lúc 5 giờ 30. Ông tập thể dục khoảng 30 phút. Sau đó, ông đánh răng, tắm rửa và ăn sáng.

Ông Park thường đến công ty lúc 8 giờ sáng. Buổi sáng, ông làm việc ở văn phòng: ông gọi điện thoại, trả lời điện thoại và nói chuyện với thư ký... Từ 11giờ rưỡi đến 12 giờ rưỡi, ông ăn trưa tại nhà ăn công ty với các nhân viên. Sau đó, ông Park nghỉ trưa khoảng 1 tiếng. Buổi chiều, ông ấy bắt đầu làm việc lúc 1 giờ 30 và kết thúc lúc 5 giờ 30. Vào buổi chiều, ông ấy thường tiếp khách hoặc đi họp... Sau giờ làm việc, từ 5 giờ rưỡi đến 6 giờ rưỡi, ông Park thường chơi thể thao. Ông Park thích bóng bàn. Ông ấy chơi bóng bàn 30 năm rồi nên chơi rất giỏi.

Hàng ngày, ông Park về nhà lúc 7 giờ hoặc 7 giờ 15. Ông ấy luôn ăn tối với gia đình. Sau đó, ông Park đọc báo hoặc xem ti vi. Ông ấy thường đi ngủ lúc 10 giờ rưỡi hoặc 11 giờ đêm.

TỪ VỰNG 3 (어휘 3)

nhà kinh doanh	(經營) 경영자	**hiện nay**	현재
bận	바쁘다	**hàng ngày**	매일
thường	(常) 보통	**dậy, ngủ dậy**	일어나다
tập thể dục	(體育) 운동하다	**khoảng, độ, chừng**	약, 대략
sau đó	그 후에	**đánh răng**	이를 닦다
tắm rửa	목욕하다	**ăn sáng**	점심을 먹다
công ty	(公司) 회사	**văn phòng**	(文房) 사무실
nói chuyện	이야기하다	**thư ký**	(書記) 비서
nhà ăn	식당	**nghỉ trưa**	점심에 쉬다
bắt đầu	시작하다	**kết thúc**	(結束) 끝나다
tiếp khách	(接客) 접대하다	**đi họp**	회의하러 가다
chơi	놀다	**thể thao**	(體操) 스포츠, 체육
(đánh) bóng bàn	탁구 (치다)	**về nhà**	집에 가다
đọc báo	신문을 읽다	**xem ti vi**	영화를 보다
đi ngủ	잠자러 가다		

II. Trả lời bằng cách chọn đáp án đúng

1. Ông Park làm nghề gì?

① Ông ấy là nhân viên công ty.

② Ông ấy là nhà kinh doanh.

③ Ông ấy là thư ký.

2. Hàng ngày ông Park thường dậy lúc mấy giờ?

① lúc 6 giờ 30

② lúc 5 giờ rưỡi

③ lúc 4 giờ 30

3. Hàng ngày ông Park thường tập thể dục vào thời gian nào?

① vào buổi sáng

② vào buổi chiều

③ vào buổi tối

4. Hiện nay, công ty của ông Park ở đâu?

① Công ty của ông Park ở Hàn Quốc.

② Công ty của ông Park ở Seoul.

③ Công ty của ông Park ở Việt Nam.

5. Hàng ngày ông Park thường chơi thể thao vào thời gian nào?

① vào giờ làm việc

② vào trước giờ làm việc

③ vào sau giờ làm việc

6. Hàng ngày, ông Park về nhà lúc mấy giờ?

① Ông ấy thường về nhà lúc 7 giờ đúng.

② Ông ấy thường về nhà lúc 7 giờ 15 phút.

③ Ông ấy thường về nhà lúc 7 giờ hoặc 7 giờ 15.

7. Ông Park có sở thích gì?

① Ống ấy có sở thích đánh bóng bàn.

② Ống ấy có sở thích chơi bóng rổ.

③ Ống ấy có sở thích đánh quần vợt.

8. Ông Park luôn ăn tối với ai?

① với nhân viên công ty

② với vợ của ông ấy

③ với gia đình của ông ấy

III. Tập nói tiếng Việt với các chủ đề sau (mỗi chủ đề khoảng 150 – 200 từ)

1. Nói về thói quen và sở thích của em.
2. Nói về thời gian biểu hàng ngày của em.

Bài 05

GIA ĐÌNH - BẠN BÈ

Xin lỗi, gia đình bạn có mấy người?

NHỮNG CÂU CẦN NHỚ

A

Gia đình em có mấy người?

Em có mấy anh, chị, em?

Em là con thứ mấy trong gia đình?

Ông, bà em còn khỏe không?

Năm nay, ông bà em bao nhiêu tuổi?

Bố, mẹ em dạo này thế nào?

Bố, mẹ em có khỏe không?

Bố, mẹ em năm nay bao nhiêu tuổi?

Bố, mẹ em làm gì?

Anh, chị em làm gì?

Em trai (gái) em làm gì?

Gia đình em sống ở đâu?

Gia đình em như thế nào?

Em có sống với gia đình không?

B

Ai đấy?

Anh ấy là ai?

Anh ấy tên là gì?

Anh ấy là người nước nào?

Anh ấy là người Hàn Quốc, phải không?

Năm nay, anh ấy bao nhiêu tuổi?

Anh ấy làm gì?

Anh ấy là sinh viên, phải không?

Hiện nay anh ấy đang học ở đâu?

Anh ấy là người như thế nào?

Anh ấy đẹp trai và thông minh, phải không?

Sở thích của anh ấy là gì?

C

Xin giới thiệu với anh (chị), đây là ...

Xin giới thiệu với anh đây là chị Lee, bạn tôi.

Chị Lee là bạn cùng lớp của tôi.

Năm nay chị ấy 22 tuổi.

Chị ấy cũng là người Hàn Quốc.

Giới thiệu với chị Park, đây là anh Kang.

Anh Kang là nhân viên ngân hàng.

Anh Kang đã có vợ và 1 con trai.

Vợ anh Kang không phải là nhân viên ngân hàng.

Vợ anh ấy là nội trợ.

Con trai của họ năm nay lên 5 tuổi.

Gia đình của họ rất hạnh phúc.

TỪ VỰNG 1 (어휘 1)

ảnh	(映) 사진	**gia đình**	(家庭) 가족
ông	할아버지	**bà**	할머니
bố	아버지	**mẹ**	어머니
anh (trai)	오빠 / 형	**chị (gái)**	언니 / 누나
em trai	남동생	**em gái**	여동생
sống	살다	**con (cái)**	자식
con trai	아들	**con gái**	딸
...con thứ mấy?	(형제 중) 몇 째?	**Ai đấy?**	누구?
hiện nay	현재	**sở thích**	(所適) 취미
giới thiệu	(介紹) 소개하다	**xin giới thiệu**	소개하겠습니다
với anh (chị, ông, bà...)	오빠 (언니, 할아버지, 할머니)와 함께		
bạn thân	친한 친구	**bạn cùng phòng**	룸메이트
bạn cùng lớp	같은 반 친구	**nhân viên**	(人員) 직원
vợ	아내	**hạnh phúc**	(幸福) 행복한
ngân hàng	(銀行) 은행	**nội trợ**	(內助) 주부
Xin giới thiệu với anh, đây là ...	소개하겠습니다, 이 사람은 ...입니다.		

HỘI THOẠI

A

Chị Lee: Chào anh Lâm. Dạo này anh khỏe không?

Anh Lâm: Chào chị Lee. Cám ơn chị, tôi khỏe. Còn chị thế nào?

Chị Lee: Cám ơn anh, tôi cũng khỏe. Xin giới thiệu với anh, đây là anh Park, bạn cùng lớp với tôi.

Anh Lâm: Ồ, chào anh Park, rất vui được gặp anh!

Chị Lee: Anh Park cũng là sinh viên tiếng Việt. Còn xin giới thiệu với anh Park, đây là anh Lâm. Anh Lâm là người Việt Nam. Anh Lâm cũng là sinh viên. Anh ấy đang học tiếng Hàn tại đây.

Anh Park: Chào anh Lâm! Tôi cũng rất vui được gặp anh!

Anh Lâm: Cám ơn anh! Vậy là, tất cả chúng ta đều học ở Trường đại học Ngoại ngữ Hankuk.

B

Giáo viên: Hyeon này, gia đình em có mấy người?

Hyeon: Dạ, gia đình em có 4 người: bố, mẹ, chị gái em và em ạ.

Giáo viên: Hiện nay, bố mẹ Hyeon làm gì và ở đâu?

Hyeon: Bố em là nhân viên và đang làm việc ở một công ty thương mại. Còn mẹ em là giáo viên tại một trường trung học cơ sở ở Seoul.

Giáo viên: Thế còn chị gái em?

Hyeon: Chị gái em tốt nghiệp đại học năm ngoái và hiện nay là nhân viên, đang làm việc cho một công ty Hàn Quốc.

Giáo viên: Trong gia đình em, thì ai nhiều tuổi nhất?

Hyeon: Dạ, bố em nhiều tuổi nhất. Năm nay, bố em 54 tuổi.

Giáo viên: Thế còn mẹ em?

Hyeon: Mẹ em ít hơn bố em 4 tuổi. Còn chị em nhiều hơn em 5 tuổi. Em năm nay 22 tuổi.

Giáo viên: Lúc rỗi rãi, mọi người trong gia đình em thường thích làm gì?

Hyeon: Bố mẹ em thích tập thể dục và leo núi, chị gái em thích đi mua sắm còn em thích nghe nhạc và xem phim.

TỪ VỰNG 2 (어휘 2)

chúng ta	우리 (청자 포함)	**đều**	모두
còn	그런데	**thế (vậy) còn**	그러면
công ty	(公司) 회사	**thương mại**	(商賣) 무역
trung học cơ sở	중학교	**tốt nghiệp**	(卒業) 졸업하다
năm ngoái	작년	**nhiều tuổi nhất**	나이가 제일 많은
ít tuổi hơn	...보다 나이가 적은	**nhiều tuổi hơn**	...보다 나이가 많은
lúc, khi	때	**rỗi (rãi)**	한가한, 여유로운
mọi (người)	모든 (사람)	**trong**	...안에
thường (xuyên)	자주	**tập thể dục**	운동하다
leo núi	등산하다	**mua sắm**	쇼핑하다
nghe nhạc	음악을 듣다	**xem phim**	영화를 보다

LUYỆN NÓI

I. Tập nói theo mẫu

Mẫu 1 **Chào – tự giới thiệu – tên – quốc tịch - tuổi – sinh viên – học tiếng gì? - ở đâu?**

- Xin chào các bạn!
- Tôi **xin tự giới thiệu**, tên tôi là Park.
- Tôi là người Hàn Quốc.
- Năm nay tôi 21 tuổi.
- Hiện nay, tôi là sinh viên.
- Tôi đang học tiếng Việt ở Trường đại học Ngoại ngữ Hàn Quốc.

Tiếp tục:

Mẫu 2 **Chào –giới thiệu với – đây là – quốc tịch - tuổi – sinh viên – học tiếng gì? - ở đâu?**

- Xin chào các bạn!
- Tôi **xin giới thiệu với các bạn**, đây là chi Lee.
- Chị Lee **cũng** là người Hàn Quốc.
- Năm nay, **chị ấy** 23 tuổi.
- Hiện nay, chị Lee **cũng** là sinh viên.
- Chị ấy **cũng** đang học tiếng Việt ở trường đại học Ngoại ngữ Hàn Quốc.

Tiếp tục:

Mẫu 3 **giới thiệu về gia đình – có mấy người? – những ai? – tuổi – làm gì? - ở đâu?**

- Tôi xin giới thiệu về gia đình tôi.
- Gia đình tôi có 3 người: bố mẹ tôi và tôi.
- Bố tôi, năm nay 50 tuổi.
- Bố tôi là nhân viên công ty.
- Bố tôi làm việc ở Seoul, Hàn Quốc.
- Mẹ tôi, năm nay 46 tuổi.
- Mẹ tôi là nội trợ.
- Mẹ tôi làm việc ở nhà.
- Còn tôi hiện nay là sinh viên năm thứ nhất.
- Tôi đang học tiếng Việt ở Trường đại học Ngoại ngữ Hàn Quốc.

Tiếp tục:

II. Dựa vào hội thoại A, B lựa chọn thông tin sai

1. Hội thoại A

① Anh Lâm đang học tiếng Hàn.

② Chị Lee và anh Park đang học tiếng Việt.

③ Anh Park giới thiệu chị Lee với anh Lâm.

2. Hội thoại A

① Chị Lee, anh Lâm, anh Park đều biết tiếng Việt.

② Chị Lee, anh Lâm, anh Park đều biết tiếng Hàn.

③ Anh Lâm, chị Lee biết tiếng Việt, còn anh Park không biết tiếng Việt.

3. Hội thoại A

① Anh Lâm là bạn của chị Lee và cũng là bạn của anh Park.

② Chị Lee là bạn của anh Park và cũng là bạn của anh Lâm.

③ Anh Park là bạn của chị Lee và cũng là bạn của anh Lâm.

4. Hội thoại B

① Gia đình Hyeon có 4 người thì 3 người đều đi làm.

② Hyeon là sinh viên và đang học ở trường đại học.

③ Cả 3 người trong gia đình Hyeon đều là nhân viên.

5. Hội thoại B

① Chị gái của Hyeon đã tốt nghiệp đại học năm ngoái.

② Chị gái của Hyeon đã ra trường năm ngoái.

③ Chị gái của Hyeon đã tốt nghiệp đại học năm ngoái và đang tìm việc làm.

6. Hội thoại B

① Trong gia đình, bố của Hyeon nhiều tuổi nhất

② Mẹ của Hyeon ít tuổi hơn bố Hyeon.

③ Chị gái của Hyeon, năm nay 25 tuổi.

III. Trả lời các câu hỏi sau (thành đoạn văn)

1. Gia đình em có mấy người?

2. Bố, mẹ em năm nay bao nhiêu tuổi?

3. Bố mẹ em làm gì? Ở đâu?

4. Em có mấy anh, chị, em?

5. Họ làm gì? Ở đâu?

6. Lúc rỗi (cuối tuần), gia đình em thường làm gì? Ở đâu?

IV. Tập nói theo ngữ cảnh

1. Tự giới thiệu về mình theo mẫu

Mẫu Chào các bạn! Tôi tên là Lâm. Năm nay tôi 22 tuổi. Tôi cao 1m70 và nặng 68 kg. Tôi là người Việt Nam. Hiện nay tôi là sinh viên. Tôi đang học tiếng Hàn ở Trường đại học Ngoại ngữ Hàn Quốc. Một tuần, tôi học 5 buổi: 3 buổi sáng và 2 buổi chiều. Tôi thích thể thao, nghe nhạc và đọc sách. Tôi không hút thuốc, không uống rượu, nhưng thỉnh thoảng uống bia... Tôi muốn làm quen với các bạn. Xin cám ơn!

Tự giới thiệu

1. Lời chào
2. Giới thiệu họ, tên
3. Tuổi, quốc tịch,
4. Giới thiệu nghề nghiệp, nơi làm việc, học tập
5. Giới thiệu sở thích
6. Ước muốn tương lai

Tiếp tục giới thiệu về bản thân

2. Giới thiệu về một người bạn thân của mình

Xin chào các bạn!

Tôi xin giới thiệu với các bạn, đây là anh Kang, bạn thân của tôi. Anh Kang năm nay 25 tuổi. Anh ấy đang là sinh viên năm thứ hai Khoa Tiếng Việt Trường đại học Ngoại ngữ Hàn Quốc. Anh Kang cao 1m75 và nặng 60 kg. Anh ấy khá đẹp trai. Anh Kang nói tiếng Việt khá tốt. Sở thích của anh Kang là chơi thể thao. Anh ấy rất thích bóng đá. Sau này, anh ấy muốn làm việc tại công ty Hàn Quốc ở Việt Nam.

Giới thiệu một người bạn thân

1. Lời chào
2. Giới thiệu họ, tên của bạn
3. Tuổi, quốc tịch của bạn
4. Giới thiệu nghề nghiệp, nơi làm việc, học tập của bạn
5. Giới thiệu sở thích của bạn
6. Ước muốn sau này của bạn

Tiếp tục giới thiệu về bạn thân của mình

ĐỌC-HIỂU

I. Đọc hiểu bài đọc sau

Chào các bạn!

Tôi xin tự giới thiệu, tên tôi là Lâm. Tôi là người Việt Nam. Năm nay, tôi 22 tuổi. Tôi cao 1m70 và nặng 60 kg. Tôi là sinh viên. Tôi đang học tiếng Hàn ở Trường đại học ngoại ngữ Hàn Quốc.

Tôi nói được một ít tiếng Anh và tiếng Hàn. Hiện nay, tôi đang học tiếng Hàn. Một tuần tôi học tiếng Hàn 5 buổi. Mỗi buổi 2 tiết

Sở thích của tôi là học ngoại ngữ và chơi thể thao. Hàng ngày, tôi chơi bóng đá với các bạn cùng lớp ở sân vận động của trường đại học. Ước mơ của tôi là biết tiếng Hàn để làm việc tại các công ty Hàn Quốc ở Việt Nam.

TỪ VỰNG 3 (어휘 3)

cao	(高) 높은	**nặng**	무거운
kg (cân, kí)	킬로그램	**tiếng, ngôn ngữ**	(言語) 언어
ngoại ngữ	(外語) 외국어	**đang (học)**	(공부를) ...하는 중이다
(nói) được	(말하다) ...할 수 있다	**một ít**	조금
hiện nay	현재	**tiết**	(節) 교시(수업)
thể thao	(體操) 스포츠, 체육	**chơi**	놀다
bạn cùng lớp	같은 반 친구	**sân vận động**	(運動) 운동장
ước mơ	꿈	**để**	...하기 위해
bóng đá	축구	**ở, tại**	...에, ...에서

II. Dựa vào bài đọc, lựa chọn các thông tin đúng / sai dưới đây

1. Anh Lâm là người Việt Nam.
2. Anh Lâm nói được một ít tiếng Anh và một ít tiếng Nhật.
3. Anh Lâm đang học tiếng Việt ở Trường đại học Ngoại ngữ Hàn Quốc.
4. Hiện nay anh Lâm học tiếng Hàn hàng ngày.
5. Anh Lâm thích học ngoại ngữ và chơi thể thao.
6. Sau này anh Lâm muốn làm việc tại các công ty ở Hàn Quốc.

III. Tập nói tiếng Việt với các chủ đề sau (mỗi chủ đề khoảng 150 – 200 từ)

1. Giới thiệu về một người bạn thân của em.
2. Giới thiệu về gia đình của em.

Bài 06

GIAO THÔNG – ĐI LẠI

Bạn đi học bằng gì?

NHỮNG CÂU CẦN NHỚ

A

Phương tiện giao thông

Hàng ngày, em đi học **bằng gì**?

Em đi học **bằng xe đạp ạ**.

Hàng ngày, bố anh (chị) đi làm việc bằng gì?

Hàng ngày, bố tôi đi làm việc bằng ô tô.

Đi bằng taxi ở Seoul có đắt không?

Có, đi bằng taxi ở Seoul khá đắt.

Không, đi bằng taxi không đắt.

B

Từ nhà em **đến** trường **có xa không**?

Từ nhà em **đến** trường **bao xa**?

Nhà em **cách** trường **bao xa**?

Nhà em **cách** trường **có xa không?**

Không, từ nhà tôi đến trường **không xa**.

Có / Xa, nhà tôi **cách** trường **rất xa**.

Từ nhà tôi đến trường **khoảng** 1 **ki-lô-mét (1 km)** .

Nhà tôi **cách** trường **khoảng** 1 **km**.

C

Bạn **thích đi bằng gì nhất**?

Tôi **thích đi bằng tàu điện ngầm nhất**.

Bạn **có thích đi bằng** máy bay **không**?

Không, tôi **không thích đi bằng** máy bay.

Có, tôi **thích đi bằng** máy bay.

Đi bằng gì nhanh **nhất**?

Đi bằng máy bay nhanh **nhất**.

Đi bằng gì rẻ nhất?

Đi bằng xe đạp rẻ nhất.

Ở Việt Nam đi bằng gì tiện nhất?

Đi bằng xe máy tiện nhất.

D

Bạn đã học tiếng Việt ở Việt Nam **bao lâu**?

Tôi đã học tiếng Việt ở Việt Nam **6 tháng**.

Từ nhà bạn **đến** trường, **đi bằng** xe đạp **mất bao lâu**?

Từ nhà tôi **đến** trường, **đi bằng** xe đạp **mất** khoảng 5 phút.

Đi bằng máy bay **từ** Hà Nội **đến** Seoul **mất bao lâu**?

Đi bằng máy bay **từ** Hà Nội **đến** Seoul **mất** khoảng 4 tiếng 30 phút.

TỪ VỰNG 1 (어휘 1)

từ...đến...	...부터 ...까지	xa	먼
nhanh	빠른	rẻ	값싼
bao xa?	얼마나 멀어요?	... có xa không?	...는 먼가요?
cách	떨어진	bằng	...(으)로
ki lô mét = km	킬로미터	đi bằng	...(으)로 가다
bao lâu?	얼마나 오랫동안?	đi bằng gì?	무엇으로 가요?
xe đạp	자전거	ô tô	자동차
ta-xi	택시	máy bay	비행기
tàu điện ngầm	지하철	... thích đi bằng gì nhất?	무엇을 타고 가는 게 가장 좋아요?
phút	분	khoảng	약, 대략
mất bao lâu?	(시간이) 얼마나 걸려요?	tiếng (giờ)	시간

HỘI THOẠI

A

Kim: Bạn sống ở đâu?

Thành: Tôi sống ở kí túc xá của trường đại học. Còn bạn?

Kim: Tôi sống ở nhà với bố mẹ tôi.

Thành: Từ nhà bạn đến trường đại học có xa không?

Kim: Không, không xa lắm.

Thành: Bao xa?

Kim: Khoảng 3 km.

Thành: Thế, bạn đi học bằng gì?

Kim: Tôi đi học bằng xe buýt.

Thành: Còn tôi, tôi sống rất gần trường nên tôi đi bộ (đi học).

B

Mai: Ở Seoul, chị đi làm việc bằng gì?

Sun Woo: Tôi đi làm bằng tàu điện ngầm.

Mai: Từ nhà chị đến công ty có xa không?

Sun Woo: Xa, từ nhà tôi đến công ty bằng tàu điện mất khoảng 1 tiếng.

Mai: Nhà chị cách ga tàu điện ngầm xa không?

Sun Woo: Không, khoảng 300 mét (m) thôi.

Mai: Thế, chị đi bằng gì từ nhà đến ga?

Son Woo: Tôi đi bộ.

Mai: Chị thích đi bằng tàu điện ngầm nhất, phải không?

Sun Woo: Vâng, đi bằng tàu điện ngầm rẻ nhất, nhanh nhất và đúng giờ nhất.

C

Park: Anh đợi tôi có lâu không?

Hùng: Không, tôi mới đến đây. Anh đến đây bằng gì?

Park: Tôi đến đây bằng xe ôm. Còn anh?

Hùng: Tôi đến đây bằng xe máy. Đi bằng xe ôm từ nhà anh đến đây mất bao lâu?

Park: Khoảng 30 phút.

Hùng: Nhà anh có gần bến xe buýt không?

Park: Gần. Đi bộ từ nhà tôi đến bến xe buýt mất khoảng 5 phút.
Nhưng, tôi không muốn đi bằng xe buýt. Đi bằng xe buýt rẻ nhưng chậm lắm.

TỪ VỰNG 2 (어휘 2)

kí túc xá	(寄宿舍) 기숙사	**sống**	살다
với	...와 함께	**bố mẹ**	부모님
công ty	(公司) 회사	**đi làm việc**	일하러 가다
xe ôm	쎄옴(오토바이 택시)	**xe máy**	오토바이
xe buýt	버스	**bến (xe buýt)**	(버스) 정류장
gần	가까운	**thôi**	단지
mới (đến)	방금 (도착하다)	**nhanh**	빠른
đúng giờ	정각	**chậm**	느린
đi bộ	(步) 걷다, 도보로 가다	**nhưng**	그러나, 하지만

LUYỆN NÓI

I. Tập nói theo mẫu

Mẫu 1 **Thư viện – đây - khoảng 300 mét**

A: Thư viện cách đây bao xa?

B: Thư viện cách đây khoảng 300 mét.

Tiếp tục với:

1. Kí túc xá - bến xe buýt - khoảng 200 mét

A:

B:

2. Ga tàu điện ngầm, bưu điện, khoảng 150 mét

A:

B:

3. Nhà giáo sư Kim, trường đại học, khoảng 5 km

A:

B:

4. Nhà hàng Sen, quán cà phê Cộng, khoảng 300 mét

A:

B:

Mẫu 2 **Nhà giáo sư Lee - trường đại học - không xa lắm - 4 km**

A: Từ nhà giáo sư Lee đến trường đại học có xa không?

B: Không, không xa lắm.

A: Từ nhà giáo sư Lee đến trường đại học bao xa?

B: Từ nhà giáo sư Lee đến trường đại học khoảng 4 km.

Tiếp tục với:

1. Seoul – Busan - rất xa - 325 km

A:

B:

A:

B:

2. thư viện - hiệu sách - rất gần - 300 mét

A:

B:

A:

B:

3. trung tâm Hà Nội - sân bay Nội Bài – xa - khoảng 30 km

A:

B:

A:

B:

4. đây - quán cà phê - rất gần - 200 mét

A:

B:

A:

B:

Mẫu 3 **Ở Seoul - tiện - tàu điện ngầm – đến trường**

Giáo viên: Theo em, ở Seoul, đi bằng gì tiện nhất?

Sinh viên: Em thấy, ở Seoul, đi bằng tàu điện ngầm tiện nhất.

Giáo viên: Thế, hàng ngày em đến trường bằng (phương tiện) gì?

Sinh viên: Hàng ngày, em đến trường bằng tàu điện ngầm ạ!

Tiếp tục với:

1. Ở Việt Nam - tiện - xe máy – đến Việt Nam

A:

B:

A:

B:

2. Ở Seoul - đắt - ta-xi – có hay đi

A:

B:

A:

B:

3. Từ Hà Nội đến Thành phố Hồ Chí Minh – nhanh - máy bay

A:

B:

A:

B:

4. Ở Hàn Quốc - nhanh và đúng giờ - KTX

A:

B:

A:

B:

Mẫu 3 **làm việc ở Việt Nam- 1 năm- xe máy- nhà anh Kim- công ty- khoảng 20 phút**

Lan: Anh làm việc ở Việt Nam bao lâu?

Kim: Tôi làm việc ở Việt Nam 1 năm.

Lan: Ở Việt Nam, anh đi làm bằng gì?

Kim: Tôi đi làm bằng xe máy.

Lan: Đi bằng xe máy từ nhà anh đến công ty mất bao lâu?

Kim: Mất khoảng 20 phút.

Tiếp tục với:

1. Đại học Ngoại Ngữ Hankuk - 2 năm - tàu điện ngầm - nhà em - trường - 45 phút

A:

B:

A:

B:

A:

B:

2. thực tập - công ty Samsung - 3 tháng - xe buýt - trường đại học - công ty - 1 tiếng

A:

B:

A:

B:

A:

B:

3. làm bác sĩ ở bệnh viện Bạch Mai - 20 năm rồi - đi làm việc - xe đạp – nhà - bệnh viện - 15 phút

A:

B:

A:

B:

A:

B:

II. Chọn câu hỏi phù hợp với những câu trả lời cho dưới đây

1. Có, tôi thích đi chơi bằng xe máy.

① Anh thích đi chơi bằng gì?

② Anh có thích đi chơi bằng xe máy không?

③ Anh thích đi chơi bằng xe máy nhất, phải không?

2. Nhà tôi cách ga tàu điện ngầm khoảng 500 mét.

① Nhà bạn có gần ga tàu điện ngầm không?

② Từ nhà bạn đến ga tàu điện ngầm bao xa?

③ Nhà bạn cách ga tàu điện ngầm bao xa?

3. Đi bằng xe đạp từ đây đến bưu điện mất khoảng 10 phút.

① Từ đây đến bưu điện có xa không?

② Đi bằng xe đạp từ đây đến bưu điện mất bao lâu?

③ Bưu điện cách đây bao xa ?

4. Vâng, ở Việt Nam đi bằng xe máy tiện và rẻ nhất.

① Ở Việt Nam đi bằng gì tiện và rẻ nhất?

② Ở Việt Nam đi bằng xe máy tiện và rẻ nhất, phải không?

③ Ở Việt Nam đi bằng xe máy thế nào?

5. Chưa, ở Hà Nội chưa có tàu điện ngầm.

① Ở Hà Nội chưa có tàu điện ngầm, phải không?

② Ở Hà Nội có tàu điện ngầm không?

③ Ở Hà Nội đã có tàu điện ngầm chưa?

6. Tôi đã làm việc ở Việt Nam 2 năm rồi.

① Ông đã làm việc ở Việt Nam mất bao lâu?

② Ông làm việc ở Việt Nam bao lâu rồi?

③ Ông có làm việc ở Việt Nam lâu không?

7. Đi bằng xe buýt, ở Hà Nội, rẻ và an toàn nhưng chậm.

① Đi bằng xe buýt ở Hà Nội có tốt không?

② Đi bằng xe buýt ở Hà Nội thế nào?

③ Anh có thích đi bằng xe buýt ở Hà Nội không?

III. Chọn từ, nhóm từ phù hợp để hoàn thành những câu sau

1. Tôi học ______ trường đại học này 2 năm rồi.

   a. vào

   b. ở

   c. lúc

2. Tôi ______ học tiếng Việt 1 năm ______.

   a. sẽ ______ rồi.

   b. có ______ rồi.

   c. đã ______ rồi

3. ______ nhà chị ______ bến xe buýt ______ xa ______?

   a. từ ______ đến ______ rất ______ không?

   b. từ ______ đến ______ là ______ phải không?

   c. từ ______ đến ______ có ______ không?

4. Đi bộ từ thư viện đến đây ______?

   a. là bao nhiêu phút?

   b. có bao nhiêu phút?

   c. mất bao nhiêu phút?

5. Đi bằng xe máy và đi bằng xe đạp, ______?

   a. bạn thích đi bằng gì nhất?

   b. bạn thích đi bằng gì hơn?

   c. có xa không?

IV. Trả lời các câu hỏi sau

1. Nhà bạn cách trường có xa không? Bao xa?

2. Hàng ngày, bạn đi học bằng gì?

3. Đi bằng xe buýt / tàu điện ngầm từ nhà bạn đến trường mất bao lâu?

4. Xe buýt và tàu điện ngầm, bạn thích đi bằng gì nhất? Vì sao?

V. Nói theo ngữ cảnh

1. Sử dụng các từ dưới đây điền vào các chỗ trống của đoạn văn sau (viết và nói)

phổ biến	thường	tàu điện ngầm
xe buýt	tàu hỏa	xe máy
xe đạp	không tắc đường	máy bay
rẻ	tàu thủy	ô tô cá nhân
đúng giờ		

Phương tiện giao thông (1) ________ nhất ở Hàn Quốc là (2) ________ và (3) ________. Hàng ngày, người Hàn Quốc (4) ________ đi học, đi làm bằng (5) ________ hoặc bằng (6) ________.

Các phương tiện giao thông ở Hàn Quốc gồm: (7) ________ (8) ________ (9) ________ (10) ________ (11) ________ (12) ________ (13) ________ (14) ________, v.v...

Tôi thích đi bằng (15) ________ nhất vì đi bằng (16) ________, (17) ________, (18) ________ và (19) ________.

2. Giới thiệu những người trong gia đình và những phương tiện giao thông mà họ đi học, đi làm hàng ngày, phương tiện giao thông nào họ yêu thích nhất? Vì sao?

ĐỌC-HIỂU

I. Đọc hiểu bài đọc sau

XE MÁY – PHƯƠNG TIỆN GIAO THÔNG PHỔ BIẾN NHẤT Ở VIỆT NAM

Ở Việt Nam, phương tiện giao thông phổ biến nhất là xe máy. Đa số người Việt Nam đi học, đi làm bằng xe máy. Đi bằng xe máy tiện, rẻ và khá nhanh nhưng không an toàn lắm.

Người Việt Nam cũng đi học, đi làm bằng xe buýt. Đi bằng xe buýt rẻ và an toàn nhưng hơi chậm. Người ta thích đi bằng xe buýt để đi chơi, đi tham quan. Vào cuối tuần, nhiều người thích đi bộ hoặc đi bằng xe đạp để rèn luyện sức khỏe.

Để đi du lịch từ Hà Nội đến Huế, Đà Nẵng, thành phố Hồ Chí Minh, v.v..., người Việt Nam đi bằng tàu hỏa, xe khách, xe hơi hoặc máy bay. Việt Nam chưa có tàu điện ngầm cũng chưa có tàu cao tốc.

TỪ VỰNG 3 (어휘 3)

phương tiện	(方便) 수단, 방법	giao thông	(交通) 교통
phổ biến	(普遍) 보편적인	đa số	(多數) 다수의
an toàn	(安全) 안전한	hơi	조금
khá	꽤, 상당히	đi lại	오고 가다
người ta	사람들	để	...하기 위해서
tham quan	(參觀) 관광하다	cuối tuần	주말
hoặc	혹은	sức khỏe	건강
xe khách	여객버스	xe hơi	자동차
tàu cao tốc	(高速) 고속열차	tàu hỏa	기차
không bao giờ	절대, 전혀	thường	보통

II. Dựa vào bài đọc, lựa chọn thông tin đúng, hoàn thành các câu sau

1. Người Việt thường đi lại bằng ________.

① xe đạp

② xe buýt

③ xe máy

2. Đi bằng xe máy ________.

① nhanh, an toàn và rẻ

② rẻ, tiện và an toàn

③ không an toàn lắm nhưng khá nhanh, rẻ và tiện

3. Người Việt ________.

① không bao giờ đi làm bằng xe buýt

② không thích đi bằng xe buýt

③ thích đi bằng xe buýt để đi chơi, đi tham quan

4. Để có sức khỏe tốt, cuối tuần, nhiều người Việt thích ________.

① đi xe máy

② tập thể dục

③ đi bằng xe đạp hoặc đi bộ

5. Việt Nam đã có các phương tiên giao thông:

① xe máy, xe đạp, xe hơi, tàu hỏa, xe buýt, xe khách, máy bay

② xe máy, tàu cao tốc, xe đạp, xe hơi, tàu hỏa, tàu điện ngầm, máy bay

③ xe máy, xe đạp, xe hơi, tàu hỏa, tàu điện ngầm, máy bay

III. Tập nói tiếng Việt với các chủ đề sau (mỗi chủ đề khoảng 150 – 200 từ)

1. Em hãy giới thiệu về giao thông ở Seoul.

2. Em hãy nói về phương tiện giao thông mà em thích nhất.

Bản ghi nhớ

Bài 07

HỌC TIẾNG VIỆT

Chào bạn, bạn học tiếng Việt bao lâu rồi?

NHỮNG CÂU CẦN NHỚ

A

Bạn **có** nói **được** tiếng Việt **không**?

Có, tôi **có thể** nói **được** một ít tiếng Việt.

Có, tôi **có thể** nói tiếng Việt, một chút.

Không, tôi **không** nói **được** tiếng Việt.

Không, tôi **không thể** nói **được** tiếng Việt.

Anh **nói được những tiếng gì**?

Tôi **nói được** tiếng Hàn, tiếng Anh và tiếng Việt.

Bạn **đang học tiếng gì**?

Tôi đang học tiếng Việt.

Tiếng Việt của chị tốt quá.

Tiếng Việt của tôi **còn kém lắm**.

B

Bạn **nói được mấy ngôn ngữ**?

Tôi nói được 3 ngôn ngữ.

Bạn **nói được mấy thứ tiếng**?

Tôi nói được 3 thứ tiếng.

Bạn nói được những thứ tiếng nào?

Tôi nói được tiếng Anh, tiếng Nhật và tiếng Việt.

Bạn **thấy tiếng Việt thế nào**?

Tôi thấy tiếng Việt **hơi khó** nhưng hay.

Theo bạn, tiếng Việt **có khó không**?

Theo tôi, tiếng Việt **không khó lắm**.

Phát âm tiếng Việt rất khó, **phải không**?

Vâng, **tôi thấy**, phát âm tiếng Việt khó nhất.

C

Bạn học tiếng Việt **từ bao giờ**?

Tôi học tiếng Việt từ tháng Ba năm 2018.

Bạn học tiếng Việt **bao lâu rồi**?

Tôi học tiếng Việt 1 năm rồi.

Bạn học tiếng Việt **ở đâu**?

Tôi học tiếng Việt ở Đại học Ngoại ngữ Hankuk.

Vì sao bạn học tiếng Việt?

Tôi học tiếng Việt **vì** tôi muốn làm việc ở Việt Nam.

Bạn học tiếng Việt **để làm gì**?

Tôi học tiếng Việt để đi du lịch Việt Nam.

Lớp tiếng Việt của chị có **bao nhiêu** sinh viên?

Lớp tiếng Việt của tôi có 27 sinh viên.

Giáo sư tiếng Việt của các bạn là người Việt **hay** người Hàn Quốc?

Giáo sư tiếng Việt của tôi là người Việt Nam.

Bạn học tiếng Việt **vào thứ mấy**?

Tôi học tiếng Việt vào sáng thứ Hai, chiều thứ Tư và sáng thứ Sáu.

TỪ VỰNG 1 (어휘 1)

... được	...할 수 있다	**có thể ...**	...할 수 있다
có thể ... được	...할 수 있다	**không thể ...**	...할 수 없다
không ... được	...할 수 없다	**một ít**	조금
một chút	조금	**tiếng**	언어
ngôn ngữ	(言語) 언어	**từ (bao giờ)?**	(언제) 부터?
thứ tiếng	...개 국어	**kém**	부족한
còn	그런데	**vì sao?**	왜?
bắt đầu	시작하다	**vì**	...때문에
tiếng gì?	무슨 언어?	**...hay...?**	...또는... ?
bao lâu rồi?	얼마나 오랫동안?	**thấy**	느끼다, 생각하다
lần	번, 횟수	**phát âm**	(發音) 발음
theo...	...에 따라	**hơi**	조금, 약간
nghĩ	생각하다		

HỘI THOẠI

A

Mai: Chào Young Ji, Xin giới thiệu với Young Ji, đây là anh Nam, bạn mình.

Young ji: Chào Mai. Chào anh Nam, rất vui được gặp anh.

Nam: Chào chị Young Ji, tôi cũng rất vui được gặp chị. Chị nói tiếng Việt tốt quá. Chị học tiếng Việt bao lâu rồi?

Young ji: Cám ơn anh, tôi học tiếng Việt 2 năm rồi, anh ạ. Còn anh, anh có nói được tiếng Hàn không?

Nam: Dạ, có. Nhưng, tiếng Hàn của tôi còn kém lắm.

Young ji: Anh học tiếng Hàn từ bao giờ?

Nam: Tôi mới bắt đầu học tiếng Hàn từ tháng Ba năm nay.

Mai: Young Ji này, tháng sau anh Nam đi Hàn Quốc đấy.

Young ji: Thế à? Anh Nam đi Hàn Quốc đề làm gì ạ?

Nam: Tôi đi Hàn Quốc để học tiếng Hàn. Tôi muốn nói được tiếng Hàn thật tốt.

Young ji: Dạ. Thế ạ. Vì sao anh muốn nói được tiếng Hàn thật tốt? Anh muốn giỏi tiếng Hàn để làm gì?

Nam: Tôi muốn giỏi tiếng Hàn để kinh doanh với người Hàn Quốc. Thế còn chị, vì sao chị học tiếng Việt?

Young ji: Tôi học tiếng Việt vì tôi muốn làm việc cho công ty Hàn Quốc ở Việt Nam.

B

Ông Kim: Chị nói được những ngôn ngữ nào?

Chị Mai: Dạ, tôi nói được tiếng Việt, tiếng Anh và tiếng Hàn.

Ông Kim: Chị học tiếng Hàn ở đâu?

Chị Mai: Tôi học tiếng Hàn ở Việt Nam và ở Hàn Quốc.

Ông Kim: Chị học ở Hàn Quốc bao lâu?

Chị Mai: Một năm ạ.

Ông Kim: Vì sao chị muốn làm việc ở công ty này?

Chị Mai: Tôi muốn làm việc ở công ty này vì tôi thích công việc ở đây và để có dịp nói tiếng Hàn ...

C

Ji young: Hôm nay, cậu làm bài kiểm tra tiếng Việt thế nào?

Hanna: Không tốt lắm. Phần ngữ pháp mình sai 1 câu, phần đọc - hiểu cũng sai 1 câu. Còn cậu?

Ji young: Mình cũng không tốt. Đọc hiểu mình sai 1 câu, ngữ pháp sai 2 câu, còn phần viết chính tả khó quá, mình sai nhiều lắm.

Hanna: Theo cậu, nghe tiếng Việt khó nhất, phải không?

Ji young: Phải, vì phát âm tiếng Việt rất khó. Mình không thể phát âm đúng được, Cậu học phát âm thế nào?

Hanna: Mình tập nghe rồi phát âm lại nhiều lần. Bây giờ mình đã phát âm tiếng Việt khá tốt. Vì vậy, mình nghe cũng tốt hơn.

TỪ VỰNG 2 (어휘 2)

xin	요청하다	**giới thiệu**	(介紹) 소개하다
được (gặp)	(만나다) ...하게 되다	**mới (học)**	이제 막 (공부하다)
tháng sau	다음 달	**thật (tốt)**	진짜 (잘하는)
...đấy	언급하는 사건이나 대상을 강조하기 위해 문미에 붙이는 조사		
Thế à	그래요?	**thế còn**	그러면
làm kinh doanh	(經營) 영업을 하다	**công ty**	(公司) 회사
(làm việc) cho	...를 위해 (일하다)	**tin (là)**	(信) (...라고) 믿다
công việc	일, 업무	**phần**	(分) 부분
bài kiểm tra	(檢査)시험	**câu**	(句) 문장
sai	틀린	**rồi**	이미 (완료형)
đúng	맞은, 올바른	**hiểu**	이해하다
đọc	(讀) 읽다	**viết chính tả**	받아쓰기 하다
ngữ pháp	(語法) 문법	**(khó) quá**	매우 (어려운)
phát âm	(發音) 발음	**lặp lại**	반복하다
nhiều	많은	**vì vậy**	그래서
bây giờ	지금		

LUYỆN NÓI

I. Tập nói theo mẫu

Mẫu 1 **chị Kathy - tiếng Việt hơi khó - nói tiếng Việt**

An: Chị thấy tiếng Việt thế nào?

Kathy: Tôi thấy tiếng Việt hơi khó.

An: Theo chị, học tiếng Việt khó nhất là gì?

Kathy: Theo tôi, nói tiếng Việt khó nhất.

Tiếp tục với:

1. anh Jone - tiếng Việt rất khó - phát âm tiếng Việt

An:

Jone:

An:

Jone:

2. ông Lee - tiếng Việt khó lắm - nghe tiếng Việt

An:

Lee:

An:

Lee:

3. chị Kim - tiếng Việt không khó lắm - ngữ pháp tiếng Việt

An:

Kim:

An:

Kim:

Mẫu 2 **Anh trai tôi muốn đi Việt Nam - để học tiếng Việt - vì muốn tìm hiểu văn hóa Việt Nam**

A: Anh trai tôi muốn đi Việt Nam lắm.

B: Thế à, anh ấy muốn đi Việt Nam để làm gì?

A: Anh ấy muốn đi Việt Nam để học tiếng Việt.

B: Vì sao anh ấy muốn học tiếng Việt?

A: Vì anh ấy muốn tìm hiểu văn hóa Việt Nam.

Tiếp tục với:

1. Chị gái tôi rất muốn đi Hàn Quốc - để học tiếng Hàn - vì muốn làm việc cho công ty Hàn Quốc ở Việt Nam

A:

B:

A:

B:

A:

B:

2. Ông Kim - rất muốn đi Việt Nam - để học tiếng Việt - vì muốn nghiên cứu lịch sử Việt Nam

A:

B:

A:

B:

A:

B:

3. Anh Park - muốn đi Hà Nội - để học tiếng Việt - vì muốn dạy tiếng Hàn cho người Việt Nam

A:

B:

A:

B:

A:

B:

Mẫu 3 **ông Kim - nói được tiếng Việt - 1 năm - ở Việt Nam - khá tốt**

A: Ông Kim có nói được tiếng Việt không?

B: Có, ông ấy có thể nói được tiếng Việt.

A: Ông ấy học tiếng Việt bao lâu rồi?

B: Ông ấy học tiếng Việt 1 năm rồi.

A: Ông ấy học tiếng Việt ở Việt Nam hay ở Hàn Quốc?

B: Ông ấy học tiếng Việt ở Việt Nam.

A: Tiếng Việt của ông ấy thế nào?

B: Tiếng Việt của ông ấy khá tốt.

Tiếp tục với:

1. chị Hanna - nói được tiếng Việt một chút - 2 tháng - ở Hàn Quốc - còn kém

A:

B:

A:

B:

A:

B:

A:

B:

2. Anh Nam - nói được tiếng Hàn - 3 tháng - ở Việt Nam - không tốt lắm

A:

B:

A:

B:

A:

B:

A:

B:

3. Anh Park - nói được tiếng Việt - 3 năm - ở Việt Nam và Hàn Quốc - rất giỏi

A:

B:

A:

B:

A:

B:

A:

B:

Mẫu 4 **Hanna - nói được tiếng Hàn - tiếng Anh và tiếng Việt một chút - đang học tiếng Việt - từ tháng Ba năm 2019 - người Việt Nam**

An: Bạn có thể nói được những tiếng gì?

Hanna: Tôi có thể nói được tiếng Hàn, tiếng Anh và một chút tiếng Việt.

An: Bây giờ bạn đang học tiếng gì?

Hanna: Tôi đang học tiếng Việt.

An: Bạn học tiếng Việt từ bao giờ?

Hanna: Tôi học tiếng Việt từ tháng Ba năm 2019.

An: Giáo viên tiếng Việt của bạn là người Việt Nam hay người Hàn Quốc?

Hanna: Giáo viên tiếng Việt của tôi là người Việt Nam.

Tiếp tục với:

1. Anh Lee - nói được tiếng Hàn - tiếng Nhật - tiếng Việt - đang học tiếng Việt - từ tháng Chín năm 2018 - người Việt Nam và người Hàn Quốc

An:

Lee:

An:

Lee:

An:

Lee:

An:

Lee:

2. Anh Ben - nói được tiếng Anh - tiếng Việt - tiếng Hàn - đang học tiếng Hàn - từ tháng Giêng năm 2019 - người Hàn Quốc

An:

Ben:

An:

Ben:

An:

Ben:

An:

Ben:

3. Chị Young sil - nói được tiếng Hàn - tiếng Trung Quốc - tiếng Việt - đang học tiếng Việt - từ tháng Hai năm nay - người Việt Nam

An:

Young sil:

An:

Young sil:

An:

Young sil:

An:

Young sil:

II. Dựa vào hội thoại A, B, C lựa chọn thông tin đúng

1. Hội thoại A

① Anh Nam gặp chị Young-ji lần đầu tiên.

② Anh Nam là bạn chị Mai và chị Young-ji.

③ Anh Nam đã gặp chị Young-ji nhiều lần rồi.

2. Hội thoại A

① Tiếng Hàn của anh Nam rất tốt.

② Tiếng Hàn của anh Nam bình thường.

③ Tiếng Hàn của anh Nam còn kém.

3. Hội thoại A

① Chị Young Ji học tiếng Việt vì muốn nghiên cứu lịch sử Việt Nam.

② Chị Young Ji học tiếng Việt vì muốn làm việc cho công ty Việt Nam ở Hàn Quốc.

③ Chị Young Ji học tiếng Việt vì muốn làm việc cho công ty Hàn Quốc ở Việt Nam.

4. Hội thoại A

① Chị Mai, chị Young Ji và anh Nam nói chuyện với nhau ở Việt Nam.

② Chị Mai, chị Young Ji và anh Nam nói chuyện với nhau ở Hàn Quốc.

③ Chị Mai, chị Young Ji và anh Nam nói chuyện với nhau ở Hà Nội.

5. Hội thoại B

① Chị Mai học tiếng Hàn ở Hàn Quốc.

② Chị Mai học tiếng Hàn ở Việt Nam.

③ Chị Mai học tiếng Hàn ở Việt Nam và Hàn Quốc.

6. Hội thoại C

① Ji-young và Hanna đều làm bài kiểm tra tiếng Việt rất kém.

② Ji-young làm bài kiểm tra tiếng Việt tốt hơn Hanna.

③ Hanna làm bài kiểm tra tiếng Việt tốt hơn Ji-young.

III. Lựa chọn câu hỏi phù hợp với câu trả lời

1. Tôi nói được 3 thứ tiếng.

① Anh nói được tiếng gì?

② Anh nói được mấy thứ tiếng?

③ Anh có nói được 3 thứ tiếng không?

2. Không, tôi không nói được tiếng Hàn.

① Anh có phải là sinh viên tiếng Hàn không?

② Anh đã nói được tiếng Hàn chưa?

③ Anh có nói được tiếng Hàn không?

3. Tôi nghĩ tiếng Anh của tôi tốt hơn tiếng Việt.

① Tiếng Việt của chị có tốt không?

② Chị nói được tiếng Việt và tiếng Anh, phải không?

③ Tiếng Anh của chị tốt hơn hay kém hơn tiếng Việt?

4. Bạn đang học tiếng gì?

① Tôi học tiếng Việt ở Đại học Ngoại ngữ Hankuk.

② Tôi đang học tiếng Anh và tiếng Việt.

③ Tôi đang học kinh tế.

5. Tiếng Việt có khó lắm không?

① Phát âm tiếng Việt khó nhất.

② Tiếng Việt không khó bằng tiếng Hàn.

③ Không, tiếng Việt không khó lắm.

6. Bạn là sinh viên Khoa nào?

① Tôi là sinh viên trường đại học Korea.

② Vâng, tôi là sinh viên tiếng Việt.

③ Tôi là sinh viên Khoa Việt Nam học.

IV. Lựa chọn cách sắp xếp từ ngữ thành câu đúng

1. để, đi, còn, du học, tôi, anh trai tôi, làm việc, để, đi, Việt Nam

① Tôi đi Việt Nam để du học, còn anh trai tôi đi để làm việc.

② Anh trai tôi đi Việt Nam để làm việc tôi còn đi để du học.

③ Anh trai tôi còn đi Việt Nam để làm việc tôi để đi du học.

2. Tôi, anh Hùng, tiếng Hàn, và, còn, đang tiếng Anh, học, anh Kim dạy, ở Hà Nội

① Tôi còn anh Hùng đang học tiếng Anh và anh Kim dạy tiếng Hàn ở Hà Nội.

② Tôi và anh Hùng đang học tiếng Anh, còn anh Kim dạy tiếng Hàn ở Hà Nội.

③ Tiếng Anh tôi và anh Hùng học còn tiếng Hàn ở Hà Nội anh Kim dạy.

3. mới, tiếng Việt, vì, học, nên, tôi, chưa, nói, nhiều, nhanh, chưa, nghe, tốt, phát âm, sai, còn

① Vì mới học tiếng Việt nên tôi nói chưa nhanh, nghe chưa tốt, phát âm còn sai nhiều.

② Vì học tiếng Việt mới chưa nhiều nên tôi nói nghe chưa nhanh tốt, còn sai phát âm

③ Vì tôi nói chưa nhanh, nghe chưa tốt, phát âm còn sai nhiều nên học tiếng Việt mới.

4. tiếng Việt, anh Kim, tiếng Anh, của, rất tốt, anh ấy, của, còn kém lắm

① Tiếng Anh của anh ấy rất tốt nhưng tiếng Việt của anh Kim còn kém lắm.

② Tiếng Việt của anh Kim còn kém lắm nhưng tiếng Anh của anh ấy rất tốt.

③ Tiếng Anh của anh ấy còn kém lắm nhưng rất tốt, tiếng Việt của anh Kim.

5. khó nhất, chị Hanna, phát âm tiếng Việt, còn, anh Lee, theo, nghĩ, khó nhất, ngữ pháp tiếng Việt

① Theo chị Hanna phát âm tiếng Việt khó nhất còn anh Lee nghĩ ngữ pháp tiếng Việt khó nhất.

② Theo chị Hanna anh Lee nghĩ ngữ pháp tiếng Việt còn khó nhất phát âm tiếng Việt khó nhất.

③ Phát âm tiếng Việt khó nhất chị Hanna nghĩ, theo anh Lee còn ngữ pháp tiếng Việt khó nhất.

6. để, vì, muốn, nói, hiểu, được, giỏi, tiếng Việt, thật, anh trai tôi, học, văn hóa và con người Việt Nam, tiếng Việt

① Văn hóa và con người Việt Nam anh trai tôi học tiếng Việt để muốn hiểu thật vì nói được tiếng Việt.

② Anh trai tôi học tiếng Việt vì muốn nói được tiếng Việt thật giỏi để hiểu văn hóa và con người Việt Nam.

③ Vì muốn hiểu thật văn hóa và con người Việt Nam anh trai tôi học tiếng Việt giỏi để nói được tiếng Việt.

III. Nói theo ngữ cảnh

1. Xin giới thiệu, tôi tên là Nam. Tôi là người Việt Nam. Tôi nói được 2 ngoại ngữ: tiếng Anh và một chút tiếng Hàn. Hiện nay tôi đang học tiếng Hàn ở Hà Nội. Mỗi tuần, tôi học tiếng Hàn 3 buổi: sáng thứ Hai, chiều thứ Tư và sáng thứ Sáu. Năm sau, tôi muốn đi Hàn Quốc để học tiếng Hàn. Tôi muốn nói được tiếng Hàn thật giỏi vì sau này tôi muốn làm việc trong công ty Hàn Quốc ở Việt Nam.

Tiếp tục với:

2. Dựa theo nội dung bài đọc hiểu, nói về lớp học tiếng Việt của mình

ĐỌC-HIỂU

I. Đọc hiểu bài đọc sau

Tôi xin giới thiệu, tôi tên là Chae-rin. Đây là lớp học tiếng Việt của tôi. Lớp học này rộng và sáng. Trong lớp học có 20 cái bàn, 20 cái ghế của sinh viên, 1 cái bàn, 1 cái ghế của giáo viên. Trong lớp cũng có một cái bảng trắng to và rộng.

Lớp học tiếng Việt của chúng tôi có 18 sinh viên. Các sinh viên đều là người Hàn Quốc. Các sinh viên đều có thể nói được tiếng Anh. Chúng tôi có 3 giáo viên, 2 giáo viên người Việt Nam và 1 giáo viên người Hàn Quốc. Giáo viên người Việt Nam của chúng tôi nói được tiếng Anh nhưng không nói được tiếng Hàn, còn giáo viên người Hàn Quốc của chúng tôi nói tiếng Việt rất giỏi.

Trong lớp học, chúng tôi học và luyện tập nghe, nói, đọc, viết tiếng Việt. Nhiều sinh viên thấy phát âm tiếng Việt rất khó vì tiếng Việt có 6 thanh điệu: ngang, huyền, hỏi, sắc, ngã, nặng, Theo tôi, tiếng Việt không dễ nhưng chúng tôi đều thích học tiếng Việt. Các sinh viên đều học rất chăm chỉ. Lớp học tiếng Việt của chúng tôi rất vui.

TỪ VỰNG 3 (어휘 3)

rộng	넓은	**sáng**	밝은
trong	... 안에	**bảng**	칠판
trắng	흰, 하얀	**to**	큰
luyện tập	(練習) 연습하다	**đọc**	(讀) 읽다
viết	쓰다	**thanh điệu**	(聲調) 성조
ngang	응앙 성	**huyền**	후엔 성
sắc	싹 성	**hỏi**	호이 성
ngã	응아 성	**nặng**	낭 성
dễ	쉬운	**chăm chỉ**	열심히

II. Dựa vào nội dung bài đọc trả lời những câu hỏi sau

1. Lớp học tiếng Việt của Chae-rin thế nào?

2. Lớp tiếng Việt của Chae-rin có bao nhiêu sinh viên?

3. Các sinh viên trong lớp học của Chae-rin đều có thể nói được tiếng gì?

4. Giáo viên tiếng Việt của Chae-rin là người Việt Nam hay người Hàn Quốc?

5. Vì sao nhiều sinh viên trong lớp tiếng Việt của Chae-rin thấy phát âm tiếng Việt rất khó?

6. Trong lớp học, các sinh viên học và luyện tập những gì?

III. Chọn thông tin đúng theo nội dung bài đọc

1. Lớp học tiếng Việt của Chae-rin rộng nhưng không sáng lắm.
2. Trong lớp có 18 cái bàn và 18 cái ghế.
3. Tiếng Việt của giáo viên người Hàn Quốc rất tốt.
4. Các sinh viên trong lớp tiếng Việt của Chae-rin đều có thể nói tiếng Anh.
5. Theo nhiều sinh viên trong lớp của Chae-rin, phát âm tiếng Việt khó nhất.
6. Các sinh viên trong lớp tiếng Việt của Chae-rin đều học chăm chỉ vì tiếng Việt khó lắm.

IV. Tập nói tiếng Việt với các chủ đề sau (mỗi chủ đề khoảng 150 – 200 từ)

1. Em hãy nói về quá trình học tiếng Việt của mình.
2. Em hãy nói về ngoại ngữ mà em thích nhất.

Bài 08

CÁC MÙA TRONG NĂM – THỜI TIẾT

Bạn thích mùa nào nhất?

NHỮNG CÂU CẦN NHỚ

A

Bạn đã đến Seoul **vào tháng mấy**?

Tôi đã đến Seoul vào **tháng Tám**.

Bạn đã học ở Seoul **mấy tháng**?

Tôi đã học ở Seoul **3 tháng**.

Anh vào trường đại học **năm bao nhiêu**?

Tôi vào trường đại học **năm 2017**.

Mấy năm nữa anh sẽ tốt nghiệp đại học?

Hai (2) năm nữa tôi sẽ tốt nghiệp. Tôi **hy vọng thế**.

Các bạn có kiểm tra giữa kì **vào ngày bao nhiêu** tháng này?

Chúng tôi có kiểm tra giữa kì vào **ngày 17** tháng này.

Bố chị sẽ làm việc ở Thành phố Hồ Chí Minh **bao nhiêu ngày**?

Bố tôi sẽ làm việc ở Thành phố Hồ Chí Minh **10 ngày**.

B

Ở Hà Nội mỗi năm có mấy mùa?

Đó là mùa Xuân, mùa Hạ, mùa Thu và mùa Đông.

Còn Thành phố Hồ Chí Minh **chỉ** có 2 mùa, đó là mùa mưa và mùa khô.

Thời tiết vào mùa Đông ở Hà Nội thế nào? Có lạnh không?

Không, mùa Đông ở Hà Nội **không** lạnh **lắm**.

Mùa Đông ở Seoul **có** lạnh **hơn** mùa Đông ở Hà Nội **không**?

Có, mùa Đông ở Seoul lạnh **hơn** mùa Đông ở Hà Nội **rất nhiều**.

Em gái anh **trẻ hơn** anh **mấy tuổi**?

Em gái tôi **trẻ hơn** tôi **3 tuổi**.

C

Theo chị, **(vào) tháng mấy** Hà Nội nóng nhất?

Theo tôi**, (vào) tháng Bảy** Hà Nội nóng nhất.

Theo em, Seoul đẹp nhất **vào mùa nào**?

Em thấy, **vào mùa Thu** Seoul đẹp nhất. Anh **có nghĩ thế không**?

Có, tôi **cũng nghĩ thế**.

Anh **thích mùa nào nhất**?

Tôi **thích mùa Hè nhất**.

Tôi **cũng thế**.

Theo bạn, tôi **nên** đi du lịch Hàn Quốc vào tháng nào?

Bạn nên đi du lịch Hàn Quốc vào tháng Tư.

Vì sao tôi nên đi du lịch Hàn Quốc vào tháng Tư?

Vì vào tháng Tư thời tiết Hàn Quốc rất tốt và bạn có thể ngắm hoa anh đào, đẹp lắm!

Hà Nội vào mùa Thu thời tiết cũng rất đẹp, trời **không** nóng **cũng không** lạnh...

TỪ VỰNG 1 (어휘 1)

tháng mấy / tháng nào?	몇 월?	**mùa**	계절
năm nào?	몇 년도?	**năm bao nhiêu?**	몇 년도?
Xuân	(春) 봄	**Hạ (hè)**	(夏) 여름
Thu	(秋) 가을	**Đông**	(冬) 겨울
...à?	의문형	**nhiều**	많은
mùa mưa	우기	**mùa khô**	건기
chỉ	단지	**vào (đại học)**	(대학) ...에 들어가다
(mấy năm) nữa	(몇 년) 더	**tốt nghiệp**	(卒業) 졸업하다
lạnh	추운	**trẻ**	젊은
nóng	더운	**già**	늙은
kiểm tra giữa kì	중간고사	**nên**	...하는게 좋다
...có nghĩ thế không?	...그렇게 생각해요?	**...cũng nghĩ thế**	...도 그렇게 생각하다
không...cũng không...	...하지도 않고 ...도 하지않다	**vì...nên...**	...하기 때문에 ...하다
thời tiết	(時節) 날씨	**hoa anh đào**	벚꽃

HỘI THOẠI

A

An: Anh đã đi Hà Nội rồi à?

Kim: Vâng, tôi đã đi Hà Nội rồi.

An: Anh ở đó có lâu không?

Kim: Dạ, không lâu lắm, chỉ 2 tháng thôi.

An: Anh ở đó từ tháng mấy đến tháng mấy?

Kim: Tôi ở đó từ tháng Chín đến tháng Mười Một, năm ngoái.

An: Thời gian đó Hà Nội đang là mùa gì?

Kim: Mùa Thu, chị ạ. Trời thường rất đẹp. Tôi nghĩ Hà Nội đẹp nhất vào mùa Thu.

An: Tôi cũng nghe thế!

B

Nam: Anh Kim ơi, cô gái đi với anh hôm qua là bạn gái anh à?

Kim: Không, đấy là em gái tôi.

Nam: Thế à? Cô ấy xinh quá! Cô ấy bao nhiêu tuổi?

Kim: Mười chín (19) tuổi. Em gái tôi ít hơn tôi 5 tuổi.

Nam: Tôi rất muốn làm quen với cô ấy, anh có thể giúp tôi gặp cô ấy một lần nữa không?

Kim: Được. Nhưng, anh nên học tiếng Hàn chăm chỉ để nói được tiếng Hàn thật tốt rồi tôi sẽ giới thiệu anh với em tôi.

C

Vân: Hanna, năm học sau Hanna đi du học ở Việt Nam à?

Hanna: Ừ, mình sẽ học 1 năm ở Việt Nam. Theo Vân, mình nên đi học ở Hà Nội hay Thành phố Hồ Chí Minh?

Vân: Theo mình, Hanna nên học một học kì ở Hà Nội và một học kì ở Thành phố Hồ Chí Minh.

Hanna: Mình sẽ đi Việt Nam vào tháng Chín.

Vân: Thế, Hanna nên học ở Hà Nội từ tháng Chín đến tháng Tư vì thời gian này thời tiết ở Hà Nội tốt nhất . Còn, từ tháng Tư đến tháng Chín Hanna nên học ở Thành phố Hồ Chí Minh. Mùa mưa ở đó mát hơn mùa Hè ở Hà Nội rất nhiều.

Hanna: Cám ơn Vân, mùa Hè ở Hà Nội nóng lắm à?

Vân: Ừ, nóng lắm, nóng hơn mùa Hè ở Hàn Quốc rất nhiều.

TỪ VỰNG 2 (어휘 2)

lâu	오랫동안	**chỉ...thôi**	단지
(ở) đó	그곳(에)	**năm ngoái**	작년
thời gian	(時間) 시간	**trời**	하늘
thường	보통	**cô gái**	여자
bạn gái	여자친구	**xinh quá**	매우 예쁜
ít	적은	**làm quen (với)**	...와 친해지다
giúp	돕다	**rồi**	이미
năm học	학년도	**sau**	다음
du học	(遊學) 유학	**học kì**	(學期) 학기
ừ	응	**mát**	시원한

LUYỆN NÓI

I. Tập nói theo mẫu

Mẫu 1 **chị An - anh Kim - đi du lịch - từ Seoul đến Busan - nên đi bằng tàu KTX - nhanh, an toàn và đúng giờ hơn**

Chị An: Anh Kim ơi, theo anh, đi du lịch từ Seoul đến Busan thì nên đi bằng gì?

Anh Kim: Theo tôi, chị nên đi bằng tàu cao tốc (KTX).

Chị An: Vì sao tôi nên đi bằng tàu cao tốc?

Anh Kim: Đi bằng tàu cao tốc nhanh, an toàn và đúng giờ hơn

Tiếp tục với:

1. anh Lee - chị Hương - đi du lịch ở miền Bắc Việt Nam - nên đi vào mùa Thu - vì vào mùa Thu thời tiết ở miền Bắc tốt nhất

Anh Lee:

Chị Hương:

Anh Lee:

Chị Hương:

2. anh Hùng - chị Hanna - đi thăm một bảo tàng ở Seoul - nên đi thăm bảo tàng Lịch sử Hàn Quốc, vì thăm bảo tàng này sẽ hiểu biết nhiều về Hàn Quốc

Anh Hùng:

Chị Hanna:

Anh Hùng:

Chị Hanna:

3. anh Park – chị Mai - mua quà Việt Nam cho bố - nên mua cà phê Việt Nam - vì cà phê Việt Nam ngon và không đắt lắm

Anh Park:

Chị Mai:

Anh Park:

Chị Mai:

Mẫu 2 **anh Nam - 32 tuổi - vợ anh ấy - trẻ hơn - 3 tuổi**

A: Năm nay anh Nam bao nhiêu tuổi?

B: Năm nay anh ấy 32 tuổi.

A: Còn vợ anh ấy? Chị ấy trẻ hơn anh ấy à?

B: Vâng chị ấy trẻ hơn anh ấy.

A: Chị ấy trẻ hơn anh ấy mấy tuổi?

B: Chị ấy trẻ hơn anh ấy 3 tuổi.

Tiếp tục với:

1. giáo sư Hoàng - 51 tuổi - giáo sư Lâm - nhiều tuổi hơn - 5 tuổi

A:

B:

A:

B:

A:

B:

2. bác sĩ Lee - 35 tuổi - kĩ sư Kim - trẻ hơn - 2 tuổi

A:

B:

A:

B:

A:

B:

3. con trai chị Hanna - 12 tuổi - con gái anh Park - ít tuổi hơn - 1 tuổi

A:

B:

A:

B:

A:

B:

Mẫu 3 **bạn - bắt đầu học ở đây - tháng Ba - về nước - 1 tháng nữa - ngày 21**

A: Bạn bắt đầu học ở đây từ tháng mấy?

B: Tôi bắt đầu học ở đây từ tháng Ba.

A: Mấy tháng nữa bạn sẽ về nước?

B: Một tháng nữa tôi sẽ về nước.

A: Bạn sẽ về nước ngày bao nhiêu?

B: Tôi sẽ về nước ngày 21.

Tiếp tục với:

1. ông Park, đi công tác Việt Nam- từ ngày 15 tháng này- về Seoul- khoảng 3 tuần nữa- ngày 14 tháng sau

A:

B:

A:

B:

A:

B:

2. lớp học này- bắt đầu- từ ngày 3 tháng 2- kiểm tra giữa kì- 20 ngày nữa- ngày 17

A:

B:

A:

B:

A:

B:

3. lớp hội thoại tiếng Việt - bắt đầu - lúc 1 giờ chiều - kết thúc- khoảng 30 phút nữa - lúc 3 giờ kém 10 phút

A:

B:

A:

B:

A:

B:

II. Dựa vào nội dung các hội thoại A, B, C chọn thông tin đúng

1. Hội thoại A

① Kim đã đến Hà Nội vào mùa Thu.

② Kim và An gặp nhau ở Hà Nội vào mùa Thu.

③ An sẽ đến Hà Nội vào mùa Thu.

2. Hội thoại A

① Anh Kim đã ở Hà Nội rất lâu. Anh ấy rất thích Hà Nội vì Hà Nội rất mát.

② Năm trước, anh Kim đã ở Hà Nội 2 tháng. Theo anh ấy, Hà Nội đẹp nhất vào mùa Thu.

③ Anh Kim muốn đi Hà Nội vào mùa Thu vì anh ấy nghĩ: Hà Nội đẹp nhất vào mùa Thu.

3. Hội thoại B

① Năm nay anh Kim 24 tuổi.

② Anh Nam nói tiếng Hàn rất giỏi.

③ Anh Kim không muốn giúp anh Nam làm quen với em gái của anh ấy.

4. Hội thoại B

① Em gái của anh Kim rất xinh, anh Nam đã làm quen với cô ấy.

② Anh Nam đã làm quen với em gái của anh Kim vì cô ấy rất xinh.

③ Em gái của anh Kim rất xinh, anh Nam muốn làm quen với cô ấy.

5. Hội thoại C

① Hanna đã đi du học ở Việt Nam.

② Hanna sẽ đi du học ở Thành phố Hồ Chí Minh.

③ Tháng Chín năm sau Hanna sẽ đi Việt Nam để du học.

6. Hội thoại C

① Theo Vân, Hanna chỉ nên đi du học ở Thành phố Hồ Chí Minh thôi.

② Theo Vân, Hanna chỉ nên đi du học ở Hà Nội thôi.

③ Theo Vân, Hanna nên đi du học ở Thành phố Hồ Chí Minh và ở Hà Nội.

III. Lựa chọn câu trả lời phù hợp với câu hỏi và câu hỏi phù hợp với câu trả lời

1. Mùa Đông ở Hà Nội không có tuyết à?

① Mùa Đông ở Hà Nội không lạnh lắm và không có tuyết.

② Không, mùa Đông ở Hà Nội không có tuyết.

③ Vâng, mùa Đông ở Hà Nội không có tuyết.

2. Theo tôi, Lee là sinh viên giỏi nhất lớp này, anh có nghĩ thế không?

① Có, tôi cũng nghĩ thế.

② Tôi biết rồi.

③ Rồi, tôi nghĩ thế rồi.

3. Năm nay, học kì mùa Xuân bắt đầu vào ngày bao nhiêu, tháng mấy?

① Năm nay, học kì mùa Xuân bắt đầu 4 ngày vào tháng Ba.

② Năm nay, học kì mùa Xuân bắt đầu vào 4 ngày nữa, trong tháng Ba.

③ Năm nay, học kì mùa Xuân bắt đầu vào ngày 4, tháng Ba.

4. Vâng, Hà Nội có bốn mùa còn Thành phố Hồ Chí Minh chỉ có hai mùa.

① Hà Nội có mấy mùa?

② Hà Nội có bốn mùa còn Thành phố Hồ Chí Minh chỉ có hai mùa, phải không?

③ Thành phố Hồ Chí Minh cũng có bốn mùa à?

5. Thời tiết hôm nay khá đẹp, nắng và không nóng lắm.

① Thời tiết hôm nay thế nào?

② Thời tiết hôm nay có nóng không?

③ Hôm nay thời tiết đẹp lắm à?

6. Tôi thích mùa Thu nhất.

① Bạn thích mùa gì?

② Bạn thích mùa gì nhất?

③ Bạn có thích mùa Thu không?

IV. Lựa chọn cách sắp xếp từ thành câu đúng

1. Hàn Quốc, ở, mùa Hè, Việt Nam, ở, nhiều, rất, mát, hơn

① Mùa Hè ở Hàn Quốc rất nhiều mát hơn ở Việt Nam.

② Mùa Hè ở Hàn Quốc mát hơn ở Việt Nam rất nhiều.

③ Rất nhiều mát ở mùa hè Hàn Quốc hơn ỏ Việt Nam.

2. Bằng, rẻ, xe buýt, hơn, chậm, tắc-xi, nhiều, hơn, đi, bằng, đi, nhưng

① Đi bằng xe buýt rẻ hơn đi bằng ta-xi nhiều nhưng chậm hơn.

② Chậm nhiều hơn đi bằng xe buýt nhưng rẻ hơn đi bằng tắc-xi.

③ Rẻ nhiều hơn đi bằng xe buýt nhưng chậm hơn đi bằng tắc-xi.

3. Nên, bạn, mùa Thu, vào, đi, Hà Nội, bạn, vì, thời tiết, mùa Thu, rất đẹp, ở, Hà Nội

① Vì vào mùa Thu thời tiết Hà Nội rất đẹp nên bạn đi Hà Nội ở mùa Thu .

② Bạn nên đi Hà Nội vào mùa Thu vì thời tiết mùa Thu ở Hà Nội rất đẹp.

③ Vì ở mùa Thu thời tiết Hà Nội rất đẹp nên bạn đi vào mùa Thu Hà Nội

4. Rất nhiều, khó, tiếng Việt, phát âm, hơn, phát âm, tiếng Thái, nghĩ, bà Kim

① Bà Kim nghĩ phát âm tiếng Việt rất nhiều khó hơn phát âm tiếng Thái.

② Bà Kim nghĩ phát âm tiếng Việt khó hơn phát âm tiếng Thái rất nhiều.

③ Bà Kim nghĩ phát âm tiếng Việt khó rất nhiều hơn phát âm tiếng Thái.

5. Ông Khang, nhiều hơn, bà Mai, 2 tuổi, nhưng, hơn, khỏe, hơn, nhiều, bà Mai

① Ông Khang nhiều hơn bà Mai 2 tuổi nhưng khỏe hơn bà Mai nhiều.

② Ông Khang 2 tuổi nhiều hơn bà Mai nhưng khỏe hơn nhiều bà Mai.

③ Ông Khang nhiều hơn 2 tuổi bà Mai nhưng khỏe nhiều hơn bà Mai.

6. Vì, mùa Xuân, nhất, bà Han, yêu, ấm áp, mùa Xuân, có nhiều hoa nở, và

① Bà Han yêu mùa Xuân nhất vì mùa Xuân ấm áp và có nhiều hoa nở.

② Vì bà Han yêu mùa Xuân, mùa Xuân ấm áp và có nhiều hoa nở nhất.

③ Bà Han vì yêu mua Xuân, mùa Xuân ấm áp nhất và có nhiều hoa nở.

V. Tập nói theo ngữ cảnh

Ngữ cảnh: **Nói về thời tiết ở quê hương mình**

Mẫu:

Quê tôi ở Hà Nội. Hà Nội **ở** miền Bắc Việt Nam. Hà Nội **có** bốn **mùa** Xuân, Hè, Thu và Đông. Tháng Bảy là **tháng nóng nhất ở** Hà Nội. **Vào tháng này,** Trời nóng và ẩm, rất khó chịu. Hà Nội **lạnh nhất vào tháng** Mười Hai. **Vào tháng này, nhiệt độ thấp nhất** khoảng 8 độ C nhưng **tôi cảm thấy** rất lạnh vì trời thường có mưa và gió lạnh. Tôi rất muốn thấy tuyết nhưng **mùa Đông** ở Hà Nội không có **tuyết**. Mùa Thu **là mùa tôi yêu thích nhất vì** mùa Thu có phong cảnh đẹp, có nhiều loại quả ngon và thời tiết rất đẹp. **Còn bạn, bạn thích mùa gì nhất**?

1. Hãy nói về thời tiết quê hương bạn?

2. Hãy nói về thời tiết của mùa mà bạn thích nhất?

ĐỌC-HIỂU

I. Đọc hiểu bài đọc sau

THỜI TIẾT Ở HÀ NỘI VÀ THÀNH PHỐ HỒ CHÍ MINH

Thời tiết ở miền Bắc và miền Nam Việt Nam không giống nhau. Hà Nội ở miền Bắc, còn Thành phố Hồ Chí Minh ở miền Nam nên thời tiết của Hà Nội khác thời tiết của Thành phố Hồ Chí Minh.

Hà Nội có bốn mùa: mùa Xuân, mùa Hè, mùa Thu và mùa Đông. Vào mùa Xuân, thời tiết Hà Nội ấm và ẩm, thường có mưa phùn. Vào mùa Xuân, Hà Nội có rất nhiều loại hoa, nổi tiếng nhất là hoa đào, nở vào Tết. Mùa Hè ở Hà Nội nóng và ẩm. Hà Nội nóng nhất vào tháng Bảy. Mùa Thu ở Hà Nội bắt đầu vào tháng Tám. Thời tiết của Hà Nội vào mùa Thu dễ chịu nhất. Trời không nóng quá cũng không lạnh, không ẩm quá. Vào mùa Đông, nhiệt độ thấp nhất của Hà Nội khoảng 8 độ C, cao nhất khoảng 18 đến 20 độ C. Tuy nhiên, nhiều người cảm thấy mùa Đông ở Hà Nội rất lạnh vì trời thường có mưa và gió. Hà Nội lạnh nhất vào tháng Mười hai. Mùa Đông ở Hà Nội không có tuyết.

Thành phố Hồ Chí Minh chỉ có hai mùa: mùa mưa, từ khoảng tháng Năm đến tháng Mười Một, và mùa khô từ khoảng cuối tháng Mười Một đến tháng Năm. Vào mùa khô, Trời hiếm khi có mưa, còn vào mùa mưa, hàng ngày thường có mưa rào. Mưa đến nhanh và đi cũng nhanh. Thành phố Hồ Chí Minh không có mùa Đông. Ở Thành phố Hồ Chí Minh tháng Mười hai là tháng mát nhất, nhiệt độ buổi tối chỉ khoảng 20 độ C. Tháng nắng, nóng và khô nhất ở Thành phố Hồ Chí Minh là tháng Tư. Tuy nhiên, nhiệt độ vào buổi tối thường thấp hơn nhiệt độ ban ngày, độ ẩm cũng không quá cao nên không quá khó chịu...

TỪ VỰNG 3 (어휘 3)

miền Bắc	(北) 북부	**miền Nam**	(南) 남부
giống	유사한, 닮은	**khác**	다른
ấm	따뜻한	**ẩm**	(飮) 습한
nổi tiếng	유명한	**hoa đào**	벚꽃
nở	피다	**Tết**	설
loại	(類) 종류	**mưa rào**	장대비
tuy nhiên	그러나, 그렇지만	**cảm thấy**	느끼다
mưa phùn	이슬비	**nhiệt độ**	(熱度) 온도
tuyết	(雪) 눈	**gió**	바람
độ ẩm	습도	**dễ chịu**	참기 쉬운
khó chịu	참기 어려운	**khô**	건조한
hiếm khi	드물게	**thường**	보통
nắng	맑은	**buổi tối**	저녁
ban ngày	낮	**mát**	시원한

II. Dựa vào nội dung bài đọc, trả lời những câu hỏi sau

1. Thời tiết ở miền Bắc và miền Nam của Việt Nam giống nhau hay khác nhau?

2. Theo bài đọc, thời tiết ở Hà Nội vào mùa Thu thế nào?

3. Tại sao nhiều người cảm thấy mùa Đông ở Hà Nội rất lạnh?

4. Tháng Hai có phải là tháng mùa khô ở Thành phố Hồ Chí Minh không?

5. Tháng nắng, nóng và khô nhất ở Thành phố Hồ Chí Minh là tháng mấy?
   Vì sao thời tiết vào tháng này cũng không quá khó chịu?

6. Thời tiết vào mùa Hè ở Hà Nội thế nào?

III. Dựa vào nội dung bài đọc, lựa chọn thông tin đúng

1. Hà Nội có bốn mùa còn Thành phố Hồ Chí Minh chỉ có hai mùa.
2. Mùa Đông Hà Nội hiếm khi có tuyết.
3. Hoa đào nở vào mùa Xuân ở Hà Nội.
4. Tháng Mười Hai là tháng mùa khô và cũng là tháng mát nhất ở Thành phố Hồ Chí Minh.
5. Vào tháng nóng nhất trong mùa khô ở Thành phố Hồ Chí Minh, nhiệt độ vào ban ngày cao hơn nhiệt độ vào buổi tối rất nhiều.
6. Mùa Hè ở Hà Nội nóng nhưng không ẩm.

IV. Tập nói tiếng Việt với các chủ đề sau (mỗi chủ đề khoảng 150 – 200 từ)

1. Em hãy nói về thời tiết 4 mùa ở Hàn Quốc.
2. Em hãy nói về thời tiết của mùa mà em thích nhất.

Bài 09

HỎI ĐƯỜNG – ĐỊA CHỈ – ĐỊA ĐIỂM

Đến hồ Hoàn Kiếm đi thế nào?

NHỮNG CÂU CẦN NHỚ

A

Xin cho tôi **hỏi**, thư viện **ở đâu ạ**?

Thư viện ở toà nhà B.

Đến nhà B **đi thế nào ạ**?

Anh **đi thẳng** khoảng 100 mét nữa **rồi rẽ phải, đi tiếp** khoảng 30 mét, nhà B ở đó.

Xin lỗi, chị **có biết** thư viện Quốc gia **ở đâu không** ạ?

Có, tôi **biết,** thư viện Quốc gia ở số 1 phố Tràng Thi.

Không, xin lỗi, tôi **không biết**.

Xin lỗi, đây có phải là đường đến Nhà hát thành phố **không**?

Vâng, phải rồi.

B

Bà **ơi,** từ đây đến hồ Hoàn Kiếm có xa không ạ?

Không, không xa, **nếu** đi bộ **thì** mất khoảng 10 phút **thôi**.

Nếu đi thăm Hà Nội **thì** bạn nên thăm hồ Hoàn Kiếm.

Nếu tham quan hồ Hoàn Kiếm thì nên đi bộ.

Xin lỗi, **gần đây có** bưu điện nào **không ạ**?

Không, **gần đây không có** bưu điện **nào cả**.

Chị ơi, **gần đây có** máy rút tiền (ATM) **nào không ạ**?

Có, **gần đây có** 2 ATM.

C

Anh **có** biết **số điện thoại của** Quán Ngon **không**?

Có, tôi **biết, số điện thoại của** Quán Ngon **là 043**….

Không, xin lỗi, tôi không biết.

Xin cho (tôi) **hỏi số điện thoại của** Khoa Việt Nam học **là bao nhiêu ạ**?

Số điện thoại của Khoa Việt Nam học **là** 04 328 694 323.

Anh **cho (tôi) xin số di động của** anh, **được không**?

Được, số di động của tôi **là** …….

Còn **di động của** anh **số bao nhiêu**?

Di động của tôi **số** …….

Tôi sẽ gọi điện thoại cho chị **nếu** tôi đến Hà Nội.

TỪ VỰNG 1 (어휘 1)

xin cho ... hỏi ...	...가 ...을 / 를 물어보게 해주세요	**tòa (nhà)**	건물
đi thẳng	직진하다	**rẽ = quẹo**	돌아가다
(rẽ) phải	오른쪽 (돌다)	**nhà hát**	극장
(đi) tiếp	계속 (가다)	**ở đó**	그곳에서
quốc gia	(國家) 국가	**phố**	거리
đường đến...	...까지 가는 길	**nhà hát thành phố**	시 극장
hồ	(湖) 호수	**nếu...thì**	만약 ...하면 ...하다
gọi điện thoại (cho)	(...에게) 전화를 걸다	**...được không?**	...할 수 있어요?
số điện thoại	(電話) 전화 번호	**số di động**	(移動) 휴대폰 번호
ATM = cây / máy rút tiền	현금인출기	**bưu điện**	우체국

HỘI THOẠI

A

Anh Hải: Xin chị cho tôi hỏi, văn phòng Khoa Việt Nam học ở đâu ạ?

Chị Hà: Văn phòng Khoa Việt Nam học ở tòa nhà D.

Anh Hải: Đến tòa D đi thế nào ạ?

Chị Hà: Anh đi thẳng, qua hai tòa nhà trước mặt rồi rẽ trái, đi tiếp khoảng 50 mét nữa, tòa D ở bên phải.

Anh Hải: Chị có biết văn phòng Khoa Việt Nam học ở phòng số bao nhiêu không ạ?

Chị Hà: Có, ở phòng 205. Anh đi cầu thang bên trái, lên tầng 2, nhé.

Anh Hải: Cám ơn chị nhiều.

Chị Hà: Dạ, không có gì.

B

Lee: Bà ơi, đây có phải là đường đến hồ Hoàn Kiếm không ạ.

Bà An: Phải rồi.

Lee: Từ đây đến đó đi thế nào ạ?

Bà An: Anh đi thẳng, qua 2 ngã tư, đến ngã tư thứ ba thì rẽ trái, đi tiếp...

Lee: Có xa lắm không ạ? Nếu đi bộ thì mất khoảng bao nhiêu phút ạ?

Bà An: Từ đây đến đó khá xa, nếu đi bộ thì mất khoảng 25 phút. Anh nên đi xe buýt.

Lee: Thế, gần đây có bến xe buýt không ạ?

Bà An: Có, bến xe buýt rất gần đây, bên cạnh quán cà phê kia kìa. Anh lên xe buýt số 8 nhé.

C

Hanna: Hà ơi, Hà có biết số điện thoại của cảnh sát Việt Nam là bao nhiêu không?

Hà: Có, số điện thoại của cảnh sát là 113.

Hanna: Còn số để gọi cấp cứu là bao nhiêu?

Hà: 115. Thế, Hanna có số di động ở Việt Nam rồi à?

Hanna: Ừ, mình mới có. Số di động của mình là 0902 ...., Hà cho mình xin số di động của Hà, được không?

Hà: Được chứ. Số di động của mình là: 0903xxxxxx.

TỪ VỰNG 2 (어휘 2)

văn phòng	(文房) 사무실	**Khoa**	(科) 과
Việt Nam học	(越南學) 베트남학	**qua**	지나다
trước mặt	얼굴 앞	**rẽ trái**	좌회전 하다
nữa	더, 추가로	**phòng**	(房) 방
số bao nhiêu	몇 번	**cầu thang**	계단
bên trái	왼편	**bên cạnh**	옆
lên (tầng 2)	(2층) 올라가다		
...nhé	권유 혹은 제의할 때 문미에 붙이는 허사		
thứ (nhất / hai / một trăm...)	(첫 / 두 / 백...) 번째	**kia kìa**	저쪽
ngã tư	(四) 사거리	**cảnh sát**	(警察) 경찰
quán cà phê	카페	**được chứ**	당연히 되지
lên xe buýt	버스를 타다	**sân thể thao**	(體操) 운동장
cấp cứu	(急求) 응급, 구급	**màu trắng**	하얀색
cuối đường	길의 끝	**nhà riêng**	주택
màu xanh	파란색	**địa chỉ**	(地誌) 주소

LUYỆN NÓI

I. Tập nói theo mẫu

Mẫu 1 **gần đây, hiệu sách, có 1 hiệu sách**

A: Bà ơi, gần đây có hiệu sách nào không ạ?

B: Có, gần đây có một hiệu sách.

Không, gần đây không có hiệu sách nào cả.

Tiếp tục với:

1. gần nhà cô - ngân hàng - có 2 ngân hàng

A:

B:

2. gần công ty của bố anh - sân bay - không

A:

B:

3. gần trường học của em gái bạn - công viên - có 1 công viên rất rộng

A:

B:

4. gần trung tâm thành phố - nhà máy - không

A:

B:

5. gần trường đại học của bạn - bệnh viện - không

A:

B:

Mẫu 2 **anh Jason – chị Hiền - số điện thoại phòng làm việc của giáo sư Việt - 38 694 523 - số điện thoại di động của giáo sư Việt - không được**

Anh Jason: Chị ơi, số điện thoại phòng làm việc của giáo sư Việt là bao nhiêu ạ?

Chị Hiền: Dạ, số điện thoại phòng làm việc của giáo sư Việt là 38 694523.

Anh Jason: Chị cho tôi xin số điện thoại di động của ông ấy, được không ạ?

Chị Hiền: Không, xin lỗi anh, không được ạ.

Tiếp tục với:

1. anh Hòa - chị Nga - số di động của chị (Nga) - 091 2489 100 - số di động của chị Vân - không được

Anh Hòa:

Chị Nga:

Anh Hòa:

Chị Nga:

2. chị Mai - anh Lee - số điện thoại phòng làm việc của giám đốc Kim - 02 314 5653- số điện thoại nhà riêng của ông ấy - không được

Chị Mai:

Anh Lee:

Chị Mai:

Anh Lee:

3. bà Hà - cô Lan số di động của bác sĩ Lâm - 092 3456 957 - địa chỉ nhà riêng của bác sĩ Lâm - không được

Bà Hà:

Cô Lan:

Bà Hà:

Cô Lan:

Mẫu 3 **thư viện - ở tòa số 1 - đi thẳng đến cuối đường này - rẽ phải - đi tiếp khoảng 100 mét - ở tầng 1, 2 và 3**

Anh Kim: Xin chị cho tôi hỏi, thư viện ở đâu ạ?

Chị An: Thư viện ở tòa số 1.

Anh Kim: Đến tòa số 1 đi thế nào ạ?

Chị An: Anh đi thẳng, đến cuối đường này thì rẽ phải, đi tiếp khoảng 100 mét, tòa số 1 ở đó.

Anh Kim: Thư viện ở tầng mấy ạ?

Chị An: Thư viện ở tầng 1, tầng 2 và tầng 3.

Anh Kim: Cám ơn chị.

Chị An: Không có gì.

Tiếp tục với:

1. anh Ben – chị Chaerin - phòng in và photocopy - tòa nhà A - đi thẳng - đến sân vận động - rẽ trái - đi tiếp khoảng 100 mét - phòng 201 tầng 2

Anh Ben:

Chị Chaerin:

Anh Ben:

Chị Chaerin:

Anh Ben:

Chị Chaerin:

Anh Ben:

Chị Chaerin:

2. Kathy – Kim - lớp hội thoại tiếng Việt II - nhà số 2 - đi thẳng đến tòa nhà màu xanh kia - rẽ phải - nhà số 2 ở bên phải của tòa nhà màu xanh - phòng 605, tầng 6

Chị Kathy:

Anh Kim:

Chị Kathy:

Anh Kim:

Chị Kathy:

Anh Kim:

Chị Kathy:

Anh Kim:

3. anh Park – anh Martin, nhà ăn sinh viên, tòa nhà số 1, rẽ phải ở đây, đi thẳng qua tòa nhà màu trắng, rẽ phải, đi tiếp khoảng 150 mét, ở tầng 1

Anh Park:

Anh Martin:

Anh Park:

Anh Martin:

Anh Park:

Anh Martin:

Anh Park:

Anh Martin:

II. Dựa vào nội dung hội thoại A, B, C lựa chọn thông tin đúng

1. Hội thoại A

① Anh Hải muốn gặp chị Hà.

② Anh Hải muốn tìm nhà D.

③ Anh Hải muốn tìm văn phòng Khoa Việt Nam học.

2. Hội thoại A

① Văn phòng Khoa Việt Nam học ở tầng 3, tòa nhà D.

② Từ chỗ anh Hải gặp chị Hà đến nhà D rất xa.

③ Để đến Văn phòng Khoa Việt Nam học, anh Lee phải đi thẳng qua 2 tòa nhà rồi rẽ trái. Nhà D cách chỗ rẽ khoảng 50 mét.

3. Hội thoại B

① Anh Lee muốn tìm bến xe buýt để đến hồ Hoàn Kiếm.

② Anh Lee hỏi bà An đường đến hồ Hoàn Kiếm.

③ Anh Lee muốn biết hồ Hoàn Kiếm cách chỗ bà An bao xa.

4. Hội thoại B

① Theo bà An, anh Lee nên đi bằng xe buýt đến hồ Hoàn Kiếm vì đường đến hồ Hoàn Kiếm khá xa.

② Theo bà An, anh Lee nên đi bằng xe buýt đến hồ Hoàn Kiếm vì bến xe buýt rất gần đó.

③ Theo bà An, anh Lee nên đi bằng xe buýt đến hồ Hoàn Kiếm vì đi bằng xe buýt rất tiện và rẻ.

5. Hội thoại C

① Chị Hanna muốn biết số điện thoại của cảnh sát Việt Nam.

② Chị Hanna muốn biết số điện thoại cấp cứu và số của cảnh sát Việt Nam.

③ Chị Hanna muốn biết số điện thoại của cảnh sát Việt Nam, số điện thoại cấp cứu và số di động của chị Hà.

6. Hội thoại C

① Chị Hà và chị Hanna đã cho nhau số điện thoại di động.

② Chị Hà có điện thoại di động còn chị Hanna chưa có điện thoại di động ở Việt Nam.

③ Chị Hanna không dùng điện thoại di động.

III. Lựa chọn câu hỏi phù hợp với câu trả lời và câu trả lời phù hợp với câu hỏi

1. Nếu bạn đi du lịch Việt Nam bạn nên đi vào tháng Mười.

① Nếu đi du lịch Việt Nam tôi nên đi vào mùa nào?

② Nếu đi du lịch Việt Nam tôi nên đi thăm những nơi nào?

③ Nếu đi du lịch Việt Nam tôi nên đi vào tháng mấy?

2. Không, xin lỗi bà, không được.

① Ông cho tôi biết địa chỉ nhà riêng của giáo sư Kim, được không ạ?

② Ông có biết địa chỉ nhà riêng của giáo sư Kim không ạ?

③ Nhà riêng của giáo sư Kim ở đâu ạ?

3. Số điện thoại nhà riêng của tôi là 328 691 354.

① Đây là số điện thoại nhà riêng của chị à?

② Số điện thoại nhà riêng của chị là bao nhiêu?

③ Chị có thể cho tôi xin số điện thoại nhà riêng của chị không?

4. Không, từ đây đến hiệu sách không xa lắm.

① Từ đây đến hiệu sách bao xa?

② Từ đây đến hiệu sách không xa, phải không?

③ Từ đây đến hiệu sách có xa lắm không?

5. Xin lỗi, đây có phải đường đến bảo tàng Phụ nữ không ạ?

① Từ đây đến bảo tàng Phụ nữ rất gần.

② Vâng, đúng rồi.

③ Không, từ đây đến đó không xa.

6. Anh thường đi làm bằng gì?

① Tôi thích đi bằng tàu điện ngầm nhất.

② Tôi thường đi làm bằng xe máy.

③ Vâng, tôi thường đi làm bằng xe máy.

IV. Lựa chọn cách sắp xếp từ thành câu đúng

1. còn, đi làm, đi chơi, bằng, xe buýt, xe máy, bằng, thường, bằng, anh trai tôi

① Anh trai tôi còn đi làm bằng xe buýt thường đi chơi bằng xe máy.

② Thường anh trai tôi bằng xe máy đi chơi còn bằng xe buýt đi làm.

③ Anh trai tôi thường đi làm bằng xe buýt, còn đi chơi bằng xe máy.

2. tôi, từ, đến, thích, Hà Nội, Huế, đi, tàu hỏa, bằng, máy bay, hơn

① Tôi thích đi từ Hà Nội đến Huế bằng tàu hỏa hơn bằng máy bay.

② Bằng tàu hỏa đi từ Hà Nội đến Huế tôi thích hơn bằng máy bay.

③ Từ Hà Nội đến Huế bằng tàu hỏa tôi thích hơn đi bằng máy bay.

3. quen, anh Việt, tôi, khi, tôi, đã, làm việc, ở Việt Nam

① Ở Việt Nam, tôi quen anh Việt khi đã làm việc.

② Khi tôi đã làm việc ở Việt Nam tôi quen anh Việt.

③ Khi tôi làm việc ở Việt Nam tôi đã quen anh Việt.

4. đi, tôi, Việt Nam, nếu, chị, cho, sẽ, gọi điện thoại, thì, tôi

① Nếu tôi đi Việt Nam thì tôi sẽ gọi điện thoại cho chị.

② Nếu tôi đi Việt Nam thì tôi sẽ cho chị gọi điện thoại.

③ Nếu tôi sẽ đi Việt Nam thì tôi gọi điện thoại cho chị.

5. đi thẳng, anh, hiệu sách Thăng Long, rồi, đi tiếp, rẽ trái, đến, khoảng 100 mét, ngã ba ở đó

① Anh đi thẳng đi tiếp khoảng 100 mét rẽ trái đến ngã ba hiệu sách Thăng Long ở đó rồi.

② Anh đi thẳng đến ngã ba rồi rẽ trái, đi tiếp khoảng 100 mét, hiệu sách Thăng Long ở đó.

③ Anh đi tiếp đến ngã ba đi thẳng khoảng 100 mét, rẽ trái rồi hiệu sách Thăng Long ở đó.

6. trường đại học của tôi, có, hiệu sách, nào cả, nhiều, không có, gần, nhưng, chợ

① Trường đại học của tôi có nhiều hiệu sách nhưng không có gần chợ nào cả.

② Gần trường đại học của tôi có nhiều hiệu sách nhưng không có chợ nào cả.

③ Trường đại học của tôi có nhiều hiệu sách nhưng không có chợ gần nào cả.

V. Tập nói theo ngữ cảnh (Dựa vào nội dung của các ngữ cảnh dưới đây, tạo lập hội thoại)

Ngữ cảnh 1: A và B đang ở trước tòa nhà số 1 của Đại học Ngoại ngữ Hankuk (HUFS). A hỏi B để biết thư viện ở đâu, đi thế nào để đến thư viện. B nói cho A biết thư viện ở đâu, đi thế nào để đến thư viện.

Hội thoại 1

A:

B:

A:

B:

Ngữ cảnh 2: A xin B cho biết số điện thoại Văn phòng Khoa Tiếng Việt, A cũng muốn xin B cho biết số điện thoại nhà riêng của giáo sư Kim. B cho A biết số điện thoại Văn phòng Khoa Tiếng Việt nhưng không cho B số điện thoại nhà riêng của giáo sư Kim.

A:

B:

A:

B:

ĐỌC-HIỂU

I. Đọc hiểu bài đọc sau

HỒ HOÀN KIẾM

Ở trung tâm của thủ đô Hà Nội có một cái hồ rất đẹp. Đó là hồ Hoàn Kiếm. Hồ này cũng có một tên khác là hồ Gươm. Mọi người Việt Nam đều biết truyền thuyết lịch sử nổi tiếng về hồ. Hồ Hoàn Kiếm nằm giữa khu phố cổ và khu phố Tây của Hà Nội. Nếu bạn ở một khách sạn ở phố cổ, bạn có thể đi bộ đến hồ Hoàn Kiếm. Nếu bạn ở một nơi xa trung tâm Hà Nội, bạn có thể đến hồ Hoàn Kiếm bằng xe ôm, taxi, xe buýt,...

Hồ Hoàn Kiếm có phong cảnh rất đẹp. Bao quanh hồ là rất nhiều cây xanh, nhiều loại hoa nở bốn mùa. Giữa hồ có Tháp Rùa cổ kính, có đền Ngọc Sơn nối với bờ Hồ bằng cầu Thê Húc. Du khách cũng có thể xem múa rối nước ở Nhà hát múa rối nước Thăng Long trên phố Đinh Tiên Hoàng, bên cạnh hồ Hoàn Kiếm. Gần hồ Hoàn Kiếm còn có rất nhiều cửa hàng lưu niệm, bảo tàng, hiệu sách, quán cà phê, nhà hàng. Nếu bạn muốn thưởng thức những món ăn ngon của Hà Nôi thì bạn nên đến ăn ở đây. Vào cuối tuần các phố xung quanh hồ chỉ dành cho người đi bộ, mọi người có thể đi dạo chơi với bạn bè, gia đình, có thể mua sắm, ăn các món ăn đường phố của Hà Nội hay xem biểu diễn nghệ thuật.

Hồ Hoàn Kiếm là trái tim của Hà Nội. Nếu đến Hà Nội, bạn nhớ đến thăm hồ Hoàn Kiếm nhé!

TỪ VỰNG 3 (어휘 3)

thủ đô	(首都) 수도	**mọi**	모든
truyền thuyết	(傳說) 전설	**nổi tiếng**	유명한
nằm	위치하다	**giữa**	사이
khu phố	도시 구역	**cổ**	(古) 오래된
tây	(西) 서	**nơi**	장소
quận	(郡) 군	**huyện**	(縣) 현
phong cảnh	(風景) 풍경, 경치	**bao quanh**	둘러싸다
cổ kính	(古鏡) 고대의, 고풍스러운	**đền**	사당
nối	연결하다	**bờ**	호숫가
du khách	(遊客) 여행객	**múa rối nước**	수상 인형극
nhà hát	극장	**bảo tàng**	(寶藏) 박물관
xung quanh	주변	**dành cho**	...을 위해 예비하다
thưởng thức	(賞識) 감상하다	**món ăn đường phố**	길거리 음식
biểu diễn	(表演) 공연	**nghệ thuật**	(藝術) 예술
trái tim	심장	**nhớ**	기억하다

II. Dựa vào bài đọc, trả lời các câu hỏi dưới đây

1. Hồ Hoàn Kiếm ở đâu, tên khác của hồ là gì?

2. Từ khu phố cổ của Hà Nội đến hồ Hoàn Kiếm nên đi bằng gì? Vì sao?

3. Có thể xem múa rối nước ở nhà hát tên là gì? Nhà hát này nằm ở phố nào?

4. Vào cuối tuần người ta có thể đi xe máy, ô tô trên các phố quanh hồ Hoàn Kiếm không? Vì sao?

5. Nếu đến thăm Hà Nội, tác giả khuyên bạn điều gì?

III. Dựa vào bài đọc xác định các thông tin sau đúng (Đ) / sai (S)

1. Có một truyền thuyết lịch sử nổi tiếng về hồ Hoàn Kiếm.
2. Khu phố cổ của Hà Nội ở gần hồ Hoàn Kiếm.
3. Tháp Rùa và đền Ngọc Sơn ở trên bờ hồ Hoàn Kiếm.
4. Gần hồ Hoàn Kiếm có rất nhiều cửa hàng lưu niệm, hiệu sách, quán cà phê, nhà hàng nhưng không có bảo tàng.
5. Vào cuối tuần có thể đi dạo chơi nhưng không thể đi bằng xe máy trên các phố xung quanh hồ Hoàn Kiếm.
6. Đến hồ Hoàn Kiếm bạn có thể thưởng thức những món ăn ngon của Hà Nội.

IV. Tập nói tiếng Việt với các chủ đề sau (mỗi chủ đề khoảng 150 – 200 từ)

1. Em hãy nói về một địa danh nổi tiếng của Hàn Quốc.
2. Em hãy nói về Đại học Ngoại ngữ Hankuk (HUFS).

Bài 10

SỞ THÍCH – THÓI QUEN

Chúng tôi thích thể thao, còn bạn?

NHỮNG CÂU CẦN NHỚ

A

Sở thích của anh là gì?

Sở thích của tôi **là đọc sách**.

Đọc sách là sở thích của tôi.

Chị và em gái chị có sở thích giống nhau không?

Có, chúng tôi có cùng sở thích.

Sở thích của anh ấy là chơi game nhưng anh ấy chơi game không giỏi.

Sở thích của họ khác nhau nhưng họ rất thân nhau.

Chúng tôi thân nhau vì chúng tôi có cùng sở thích.

B

Khi rỗi rãi, bạn thường làm gì?

Khi có thời gian rỗi, bạn thích làm (những) gì?

Khi có thời gian rỗi tôi thích nghe nhạc hoặc xem phim.

Khi có thời gian rỗi, ông thích nghe đài hơn hay thích xem ti-vi hơn?

Tôi thích nghe đài hơn (xem ti-vi).

Vì sao ông thích đọc sách?

Tôi thích đọc sách vì tôi học được rất nhiều từ sách.

Ông đọc sách để giải trí hay đọc sách để học?

Tôi thường đọc sách để học nhưng đôi khi tôi đọc sách cho vui.

Bạn có thích đá bóng không?

Có, tôi rất thích đá bóng.

Bạn đá bóng có giỏi không?

Tôi rất thích bóng đá nhưng tôi đá bóng rất kém.

C

Trong các môn thể thao, người Hàn thích môn nào nhất?

Trong các môn thể thao, người Hàn thích nhất môn nào?

Người Hàn thích nhất bóng chày / Người Hàn thích bóng chày nhất.

Ở Hàn Quốc, người ta thích bóng chày nhất.

Mọi người nên chơi thể thao cho khỏe.

Tôi có nhiều sở thích nhưng tôi thích nấu ăn hơn cả (hết).

Cuối tuần tôi thường ngủ dậy muộn.

Cuối tuần tôi ít khi ngủ dậy sớm.

Cuối tuần tôi không bao giờ đi ngủ trước 10 giờ.

Cuối tuần gia đình tôi hay đi ăn sáng ở ngoài.

Mẹ tôi luôn luôn chuẩn bị bữa sáng cho cả nhà.

TỪ VỰNG 1 (어휘 1)

sở thích	(所適) 취미	**giống nhau**	서로 같은
khác nhau	서로 다른	**cùng sở thích**	취미가 같은
thân (nhau)	(親) (서로) 친한	**chơi game**	게임을 하다
thời gian	(時間) 시간	**rỗi (rảnh)**	한가한
môn	과목	**thể thao**	(體操) 스포츠, 체육
nghe đài	라디오를 듣다	**thích...hơn**	...을 더 좋아하다
bóng đá	축구	**...hơn cả**	제일 ...하다
đá bóng	공을 차다	**kém**	부족한
giải trí	(解智) 레저, 여가	**luôn luôn**	항상
thường	보통	**hay**	자주
đôi khi	때때로, 가끔	**thỉnh thoảng**	가끔
ít khi	드물게	**không bao giờ**	절대, 전혀

HỘI THOẠI

A

Hoàng: Tôi thấy anh rất hay nghe nhạc, nghe nhạc là sở thích của anh à?

Hải: Vâng, tôi cũng thích xem phim, chụp ảnh nữa. Còn anh, sở thích của anh là gì?

Hoàng: Chơi game. Tôi mê chơi game lắm, nhưng mà không nghiện.

Hải: Đúng, mê nhưng mà đừng nghiện. Mọi người trong nhà anh có sở thích giống anh không?

Hoàng: Không, bố mẹ tôi ghét chơi game lắm. Bố và mẹ tôi đều thích xem tivi.

Hải: Thế thì bố mẹ anh có cùng sở thích, nhỉ?

Hoàng: Tôi không nghĩ thế. Vì, bố tôi chỉ thích xem chương trình thời sự, thể thao còn mẹ tôi chỉ thích xem chương trình phim Hàn Quốc thôi.

Hải: Ồ, thế thì nhà anh phải có 2 cái tivi.

Hoàng: Đúng thế!

B

Ha-yoon: Cuối tuần cậu thường thích làm gì?

Hà: Mình thường đi ra ngoại ô để vẽ tranh.

Ha-yoon: Cậu vẽ giỏi lắm, phải không?

Hà: Không, mình rất thích vẽ tranh nhưng mình vẽ kém lắm. Còn cậu, cậu thường làm gì vào cuối tuần?

Ha-yoon: Mình thích đi chơi, mua sắm. Mình thích đến những chỗ đông, vui. Mình rất ít khi đi chơi ở ngoại ô.

Hà: Còn mình thì rất thích những nơi ở ngoại ô vì ở đó yên tĩnh và có nhiều cây xanh.

C

Min-jun: Cậu thích bóng đá hay bóng rổ?

Seo-jun: Mình thích cả hai.

Min-jun: Nhưng, cậu thích bóng đá hơn hay thích bóng rổ hơn?

Seo-jun: À, mình thích bóng đá hơn. Tại vì mình chơi bóng đá giỏi hơn chơi bóng rổ. Còn cậu?

Min-jun: Mình không thích bóng đá cũng không thích bóng rổ. Mình chỉ thích quần vợt.

Seo-jun: Thế à? Sao cậu không thích bóng đá, bóng rổ?

Min-jun: Tại vì mình không thích những môn thể thao tập thể, mình thích những môn thể thao cá nhân thôi.

TỪ VỰNG 2 (어휘 2)

thấy	느끼다, 생각하다	**chụp ảnh**	사진 찍다
... nữa	...더	**mê**	빠져들다
nghiện	중독되다	**đừng**	...하지말아라
mọi	모든	**ghét**	싫어하다
sáng tạo	(創造) 창조하다	**ngại**	두려워하다
chương trình	프로그램	**thời sự**	(時事) 뉴스, 시사
thế thì	그러면	**ngoại ô**	교외
đông	(冬) 겨울	**mua sắm**	쇼핑하다
yên tĩnh	조용한	**bóng rổ**	농구
cả hai	둘 다	**môn**	과목
tập thể	(集體) 단체	**cá nhân**	(個人) 개인

LUYỆN NÓI

I. Tập nói theo mẫu

Mẫu 1 **sở thích – là gì? - chơi thể thao – nghe nhạc**

A: Sở thích của cậu là gì?

B: Mình thích chơi thể thao. Thế, còn cậu?

A: Tớ không thích thể thao. Sở thích của tớ là nghe nhạc.

Tiếp tục với:

1. lúc rỗi – làm gì? – leo núi – gặp gỡ bạn bè

A:

B:

A:

2. khi rỗi – làm gì? – vào mạng (internet) – đi bộ trong công viên

A:

B:

A:

3. sở thích – là gì? – tới các hiệu sách – đi mua sắm

A:

B:

A:

Mẫu 2 **bà B thích uống trà - bà B cũng thích uống cà phê - nhưng bà B thích uống trà hơn cà phê**

A: Bà thích uống trà hay cà phê?

B: Tôi thích cả hai.

A: Nhưng, bà thích uống trà hơn hay thích uống cà phê hơn?

B: Tôi thích uống trà hơn.

Tiếp tục với:

1. Anh Kim thích đi du lịch trong nước và ở nước ngoài. Anh ấy thích đi du lịch nước ngoài hơn trong nước.

Thủy:

Kim:

Thủy:

Kim:

2. Ông Park thích đọc sách văn học và sách khoa học. Ông ấy thích đọc sách khoa học hơn sách văn học.

Bà Thu:

Ông Park:

Bà Thu:

Ông Park:

3. Chị Lee thích xem phim ở nhà và ở rạp. Chị ấy thích xem phim ở rạp hơn xem phim ở nhà.

Anh Khánh:

Chị Lee:

Anh Khánh:

Chị Lee:

II. Tập nói theo ngữ cảnh (tạo lập hội thoại theo ngữ cảnh)

Ngữ cảnh: *Mai và Lan: Lan thích nấu ăn vì nấu ăn ngon là một việc sáng tạo, là nghệ thuật, còn Mai rất ngại nấu ăn, thích mua sắm vì thích chỗ vui, đông người, thích có đồ mới.*

Mẫu:

Mai: Sở thích của cậu là gì?

Lan: Sở thích của tớ là nấu ăn.

Mai: Thế à, vì sao cậu thích nấu ăn? Tớ thì ngại nấu ăn lắm, chỉ thích ăn thôi.

Lan: Tớ mê nấu ăn vì đó là một việc thú vị, rất sáng tạo, giống như một nghệ. thuật. Thế còn cậu, sở thích của cậu là gì?

Mai: Là đi mua sắm.

Lan: Đi mua sắm à? Sao cậu thích đi mua sắm?

Mai: Vì thích đến chỗ đông người, vui. Tớ cũng thích mình luôn có đồ mới nữa.

Tiếp tục với:

Ngữ cảnh 1: *Hùng và Việt - Việt thích chơi game vì chơi game giúp tập trung, thông minh hơn còn Hùng thì thích đọc sách hơn vì học được mọi thứ từ sách.*

Hùng:

Việt:

Hùng:

Việt:

Hùng:

Việt:

Hùng:

Ngữ cảnh 2: *Park và Nam - Park thích đi du lịch vì có thể hiểu biết nhiều về những nơi khác nhau, gặp nhiều người mới, còn Nam thích làm từ thiện vì cảm thấy hạnh phúc, và có ích hơn khi giúp được người khác.*

Nam:

Park:

Nam:

Park:

Nam:

Park:

Nam:

Ngữ cảnh 3: *Hoa – Hana: Hana thích nghe nhạc vì âm nhạc làm cho Hana hết căng thẳng và yêu đời hơn, còn Hoa thích làm vườn vì làm vườn rất tốt cho sức khỏe và giúp gia đình có rau quả sạch.*

Hoa:

Hana:

Hoa:

Hana:

Hoa:

Hana:

Hoa:

III. Chuyển đổi cách nói (sử dụng các từ: luôn luôn, hay, thường, ít khi, không bao giờ)

Mẫu: - Vào cuối tuần tôi thường ngủ dậy muộn. (ngủ dậy sớm)

→ Vào cuối tuần tôi ít khi ngủ dậy sớm.

Tiếp tục

1. Anh ấy luôn luôn đi học muộn. (đi học đúng giờ)

2. Khi có thời gian rỗi, bố tôi hay ra hồ câu cá. (ở nhà)

3, Chị ấy thường xem phim ở nhà. (xem phim ở rạp)

4. Mẹ tôi không bao giờ đi ăn sáng ở ngoài. (ăn sáng ở nhà)

5. Ông ấy luôn luôn dậy sớm. (dậy muộn)

6. Họ thường gặp nhau ở quán cà phê. (ở trong trường)

IV. Dựa vào nội dung các hội thoại A, B, C chọn ý đúng

1. Hội thoại A

① Bố mẹ Hoàng không thích sở thích của Hoàng.

② Nhà Hoàng phải có 2 cái ti-vi vì bố mẹ Hoàng không muốn xem cùng nhau.

③ Sở thích của bố Hoàng là chơi thể thao.

2. Hội thoại A

① Trong hội thoại A, Hải và Hoàng chỉ nói về sở thích của nhau.

② Hải chỉ thích nghe nhạc.

③ Hoàng rất mê chơi game nhưng không nghiện chơi game.

3. Hội thoại B

① Ha-yoon ghét đi chơi ở nơi yên tĩnh, có ít người.

② Ha-yoon thích đi chỗ đông vui và xem đồ mới.

③ Hà không thích đi mua sắm vì không có tiền.

4. Hội thoại B

① Trong hội thoại B Ha-yoon và Hà chỉ nói chuyện về sở thích của nhau.

② Sở thích của Ha-yoon và Hà rất khác nhau.

③ Hà thích vẽ tranh vì Hà vẽ tranh rất giỏi.

5. Hội thoại C

① Seo-jun thích bóng đá và bóng rổ vì đó là những môn thể thao tập thể.

② Seo-jun biết chơi bóng đá và bóng rổ.

③ Min-jun ghét những môn thể thao tập thể.

6. Hội thoại C

① Seo-jun thích bóng đá và bóng rổ còn Min-jun không thích cả hai.

② Seo-jun chơi bóng rổ không giỏi bằng chơi bóng đá.

③ Min-jun thích chơi quần vợt vì Min-jun chơi quần vợt rất giỏi.

V. Chọn từ ngữ gần nghĩa với từ ngữ gạch dưới trong những câu sau

1. Tôi và bạn gái tôi không có **cùng sở thích**.

① giống sở thích

② giống nhau sở thích

③ sở thích giống nhau

2. Tôi quen cô ấy nhưng **không hay** nói chuyện với cô ấy.

① không thích

② ít khi

③ không bao giờ

3. Đối với tôi, nghe nhạc là cách giải trí tuyệt vời **nhất**.

① hơn cả

② hơn

③ tốt nhất

4. Bạn đã đến Việt Nam vào **tháng mấy**?

① mấy tháng

② tháng gì

③ tháng nào

5. Anh sẽ đi công tác **mấy ngày**?

① ngày mấy?

② ngày nào?

③ bao nhiêu ngày?

6. Sở thích của mẹ tôi là làm vườn **cho nên** mẹ tôi thích sống ở ngoại ô thành phố.

① vì

② thế

③ vì thế

VI. Chọn câu trả lời phù hợp với câu hỏi, chọn câu hỏi phù hợp với câu trả lời

1. Khi đi chơi với bạn bè, anh không bao giờ làm gì?

① Tôi nói chuyện vui với bạn bè.

② Tôi không bao giờ nói chuyện về công việc.

③ Tôi không bao giờ chán.

2. Bạn thích đi du lịch một mình hơn hay đi du lịch với nhiều người hơn?

① Sở thích của tôi là đi du lịch một mình.

② Đi du lịch một mình thú vị hơn đi du lịch với nhiều người.

③ Tôi thích đi du lịch một mình hơn.

3. Chơi thể thao giúp người ta khỏe mạnh và yêu đời hơn, bạn có nghĩ thế không?

① Tôi đồng ý.

② Có, tôi cũng nghĩ thế.

③ Vâng, tôi nghĩ giống thế.

4. Khi có thời gian nghỉ dài, tôi thường đi du lịch xa.

① Khi có thời gian nghỉ dài, bạn có đi du lịch xa không?

② Khi có thời gian nghỉ dài, bạn thường làm gì?

③ Khi có thời gian nghỉ dài, bạn thường đi du lịch xa à?

5. Không, trong gia đình tôi không ai có cùng sở thích với tôi.

① Anh và gia đình anh có cùng sở thích gì?

② Trong gia đình anh, ai có cùng sở thích với anh?

③ Trong gia đình anh có ai có cùng sở thích với anh không?

6. Tôi thích câu cá nhất.

① Câu cá, làm vườn, chơi thể thao, anh thích làm gì nhất?

② Anh thích câu cá hơn làm vườn phải không?

③ Anh có thích câu cá, làm vườn hay chơi thể thao không?

VII. Chọn cách sắp xếp từ thành câu đúng:

1. đá bóng, bóng đá, xem, thích, tôi, nhiều, hơn, rất

① Tôi thích đá bóng rất nhiều hơn xem bóng đá.

② Tôi thích đá bóng hơn rất nhiều xem bóng đá.

③ Tôi thích đá bóng hơn xem bóng đá rất nhiều.

2. còn, anh Hoàng, nghe nhạc, đọc sách, nữa, thích, anh ấy, thích

① Anh ấy thích nghe nhạc, anh Hoàng còn thích đọc sách nữa.

② Anh Hoàng thích nghe nhạc, anh ấy còn thích đọc sách nữa.

③ Anh Hoàng thích nghe nhạc, anh ấy còn thích nữa đọc sách.

3. hay, ít khi, gặp, gặp, ông Park, tôi, ở công ty, ở nhà

① Tôi hay gặp ông Park ở công ty, gặp ít khi ở nhà.

② Tôi gặp ông Park ở công ty hay gặp ở nhà ít khi.

③ Tôi hay gặp ông Park ở công ty, ít khi gặp ở nhà.

4. cuối tuần, thường, với, tôi, bạn bè, xem phim, uống cà phê, hoặc, vào, đi

① Tôi thường với bạn bè vào cuối tuần đi uống cà phê hoặc xem phim.

② Thường vào cuối tuần tôi đi với bạn bè xem phim hoặc uống cà phê.

③ Vào cuối tuần tôi thường đi xem phim hoặc uống cà phê với bạn bè.

5. cùng, chị ấy, không, sở thích, nhau, có, và, tôi, với

① Chị ấy và tôi cùng không có sở thích với nhau.

② Tôi và chị ấy không có cùng sở thích với nhau.

③ Cùng với nhau tôi và chị ấy không có sở thích.

ĐỌC-HIỂU

I. Đọc hiểu bài đọc sau

SỞ THÍCH LÀ GÌ?

Sở thích của một người là những điều, những việc mà người ấy thích làm nhất. Mọi người đều có sở thích. Được thực hiện những hoạt động theo sở thích mang lại cho người ta rất nhiều lợi ích.

Làm theo sở thích giúp người ta cảm thấy mình có ích, mình có giá trị hơn. Những người có sở thích làm từ thiện đã chia sẻ rằng khi họ làm một việc tốt, giúp đỡ người khác, làm cho người khác vui thì họ cũng cảm thấy vui hơn, thấy mình có ích, có giá trị hơn, vì thế yêu cuộc sống hơn.

Sở thích đọc sách mang lại rất nhiều lợi ích. Đọc sách giúp người ta hiểu biết hơn, thông minh hơn. Người ta có thể học được rất nhiều về cuộc sống, về con người từ sách. Khi đọc sách là sở thích thì nó là một cách giải trí hiệu quả, giúp người ta giảm căng thẳng, mệt mỏi.

Chơi thể thao là sở thích của rất nhiều người. Người ta có thể nhận được rất nhiều lợi ích từ sở thích này. Khoa học đã chứng minh rằng chơi thể thao không chỉ giúp người ta khỏe mạnh hơn mà còn giúp người ta thông minh hơn, lạc quan hơn, giúp người ta làm việc và học tập tốt hơn.

Nghe nhạc, vẽ tranh, làm vườn, câu cá, nấu ăn, đi du lịch, chơi game, học một ngoại ngữ mới,,...là những sở thích khác nhau. Tuy nhiên, khi được thực hiện sở thích của mình thì mọi người đều nhận được lợi ích giống nhau, đó là niềm vui thích. Bạn có nghĩ thế không?

TỪ VỰNG 3 (어휘 3)

mà	...인(관계대명사)	thực hiện	(實現) 실행하다
mang lại	가져오다	lợi ích	(利益) 이익
có ích	(益) 유익한	có giá trị	(價値) 가치가 있다
làm từ thiện	(자선) 봉사하다	chia sẻ	나누다
giải trí	(解智) 레저, 여가	hiệu quả	(效果) 효과
giảm	줄이다	căng thẳng	스트레스
chứng minh	(證明) 증명하다	không chỉ...mà còn...	...뿐만 아니라 ...하다
lạc quan	(樂觀) 낙관적인	làm vườn	정원을 가꾸다
câu cá	낚시하다	tuy nhiên	그러나, 하지만

II. Dựa vào bài đọc, trả lời những câu hỏi sau

1. Sở thích là gì?

2. Vì sao có thể nói "Làm theo sở thích giúp người ta cảm thấy mình có ích, mình có giá trị hơn"?

3. Sở thích đọc sách có thể mang đến những lợi ích gì?

4. Sở thích nào không chỉ có thể giúp người ta khỏe mạnh hơn mà còn giúp người ta thông minh hơn?

5. Theo bài đọc, khi được làm theo sở thích thì người ta đều nhận được những điều có lợi, đúng không?

6. Anh chị có đồng ý với ý kiến trong bài đọc không? Anh chị có nghĩ rằng mọi sở thích đều tốt không? Giải thích?

III. Tập nói tiếng Việt với các chủ đề sau (mỗi chủ đề khoảng 150 – 200 từ)

1. Em hãy nói về sở thích của em?
2. Em hãy nói về những người trong gia đình và sở thích của họ?

정답

Bài 01

Luyện nói

V. 2, 1, 3, 3, 1, 3

VI. 3, 1, 2, 1, 2, 3

Bài 02

Luyện nói

IV. 2, 2, 2, 3, 3, 3, 2, 3

Đọc hiểu

II. 2, 2, 1, 2, 1, 2, 2

Bài 03

Luyện nói

III. 3, 2, 2, 3, 2, 1, 3, 1

Bài 04

Đọc hiểu

II. 2, 2, 2, 3, 3, 3, 1, 3

Bài 05

Luyện nói

II. 3, 3, 1, 3, 3, 3

Đọc hiểu

II. Đ, S, S, S, Đ, S

Bài 06

Luyện tập

II. 2, 3, 2, 2, 3, 2, 2

III. b, c, c, c, b

Đọc hiểu

II. 3, 3, 3, 3, 1

Bài 07 | Luyện tập

II. 1, 3, 3, 1, 3, 3

III. 2, 3, 3, 2, 3, 3

IV. 1, 2, 1, 2, 1, 2

Đọc hiểu

III. S, S, Đ, Đ, Đ, S

Bài 08 | Luyện tập

II. 1, 2, 1, 3, 3, 3

II. 3, 1, 3, 2, 1, 2

IV 2, 1, 2, 2, 1, 1

Đọc hiểu

II. Đ, Đ, Đ, Đ, S, S

Bài 09 | Luyện tập

II. 3, 3, 2, 1, 3, 1

III. 3, 1, 2, 3, 2, 2

IV. 3, 1, 3, 1, 2, 2

Đọc hiểu

II. D, Đ, S, S, Đ, Đ

Bài 10 | Luyện tập

IV. 1, 3, 2, 3, 2, 1

V. 3, 2, 1, 3, 3, 3

VI. 2, 3, 2, 2, 3, 1

VII. 3, 2, 3, 3, 2

베트남어 연습 ❶

초판 인쇄	2020년 2월 22일
초판 발행	2020년 2월 29일
지은이	송정남 · 응우옌 반푹 · 응우옌 티튄 · 박연관
발행인	김인철
총괄·기획	윤성우 Director, University Knowledge Press
편집장	신선호 Executive Knowledge Contents Creator
기획·물류	이현진 Planning Expert
사전·도서편집	정준희 Contents Creator
전자책·도서편집	장혜린 Contents Creator
도서편집	이병철 Contents Creator
	이근영 Contents Creator
재무관리	하누리 Managing Creator
발행처	한국외국어대학교 지식출판콘텐츠원 02450 서울특별시 동대문구 이문로 107 전화 02)2173-2493~7 팩스 02)2173-3363 홈페이지 http:/ / press.hufs.ac.kr 전자우편 press@hufs.ac.kr 출판등록 제6-6호(1969. 4. 30)
디자인·편집	(주)이환디앤비 02)2254-4301
인쇄·제본	(주)케이프린텍 053)313-3673

ISBN 979-11-5901-710-0 13730 정가 28,000원

*잘못된 책은 교환하여 드립니다.

HU:iNE은 한국외국어대학교 지식출판콘텐츠원의 어학도서, 사회과학도서, 지역학 도서 Sub Brand이다. 한국외대의 영문명인 HUFS, 현명한 국제전문가 양성(International +Intelligent)의 의미를 담고 있으며, 휴인(携引)의 뜻인 '이끌다, 끌고 나가다'라는 의미처럼 출판계를 이끄는 리더로서, 혁신의 이미지를 담고 있다.

이 책의 음원(mp3)은 한국외국어대학교 지식출판콘텐츠원 홈페이지 (press.hufs.ac.kr) – 게시판 – 자료실에서 다운받아 사용하시기 바랍니다.

베트남어
연습 ❶